உள்ளத்திலிருந்தே வாழ்வு
(Out from the Heart)
ஜேம்ஸ் ஆலன்
(தமிழில் சே.அருணாசலம்)

வள்ளியம்மை பதிப்பகம்

mobile/WhatsApp: 91-8939478478

email: arun2010g@gmail.com

நூல் விவரம்

நூல் தலைப்பு	: உள்ளத்திலிருந்தே வாழ்வு
Book Title	: Ullathilerundhe Vazhlvu
ஆசிரியர்	: ஜேம்ஸ் ஆலன்
தமிழில்	: சே.அருணாசலம்
உரிமை@	: வள்ளியம்மை பதிப்பகம்
முதல் பதிப்பு	: 2023	Reprinted: 2025
பக்கங்கள்	: 82
தாள்	: 70 ஜிஎஸ்எம்
அச்சகம்	: Real Impact Solutions, Chennai- 600 004
வெளியீடு	: வள்ளியம்மை பதிப்பகம்
	அலைபேசி: 91-8939478478
	மின்னஞ்சல்: arun2010g@gmail.com
விலை	: ரூ 125/-
ISBN	: 978-93-5996-757-8

உள்ளடக்கம்

வாழ்த்துரை iv
முன்னுரை 1
1. உள்ளமும் வாழ்வும் 2
2. மனதின் இயல்பும் ஆற்றலும் 6
3. பழக்கங்கள் உருவாகும் விதம் 13
4. செயல்களினால் விளைந்த அனுபவ அறிவு 20
5. உயர் வாழ்விற்கான முதற்படிகள் 27
6. மனநிலைகளும் அதன் விளைவுகளும் 56
7. நல்லுரை 65
புத்தக விலை பட்டியல் 70

வாழ்த்துரை

கவிஞர் சா.சாதிக் பாட்சா

கௌரவத்தலைவர், குவைத் தமிழோசை கவிஞர் மன்றம்.

மேலாளர், அல் அவ்தா தச்சுப்பட்டறை, குவைத்,

கைப்பேசி:99536903

அஸ்ஸலாமு அலைக்கும் (வரஹ்...)

என் தாய் தமிழ் உறவுகளே, என் வணக்கம் ஏற்பீர்.

பகுத்தறிவின் துணைக் கொண்டு நம் வாழ்வோடு சகமனித வாழ்வும் சிறக்க வழி சமைத்துத் தந்த ஜேம்ஸ் ஆலன்(1864-1912) அவர்களை மேலை நாட்டு அறிஞர் என்று சொல்வதை விட மனித இனத்தின் சாரதி என்று சொல்வதில் பெருமையடைகிறேன்.

ஓர் எளிய மனிதன் வள்ளுவனிடம் சென்று அவன் வாழ்வில் உயர்நிலை அடைய வழிக் கேட்டான். வள்ளுவன் அவனை அருகேயிருந்த குளத்திற்கு அழைத்துச் சென்று அங்கிருந்த தாமரை மலர்களை ஓரடி உயர்த்தும் படிக் கூறினார். அவன் அவ்வாறு செய்ய அம்மலர்கள் அவன் கையோடு வந்து விட்டன. வள்ளுவன் அவனைக் குளத்தை விட்டு வரும் படி அழைத்து நாளை மீண்டும் அதே குளத்திற்கு வருமாறு கூறினார். அதன் பின் அன்று நல்ல மழைப் பெய்து குளத்திற்குள் நீர் வழிந்தோடியது. அடுத்த நாள் அவர்கள் குளத்தை பார்த்த போது அம்மலர்கள் முன்பிருந்ததை விடப் பல அடி உயர்ந்திருந்தன.

வெள்ளத் தனைய மலர் நீட்டம் மாந்தர்தம்

உள்ளத் தனையது உயர்வு

என வள்ளுவன் கூறிய வாய் மொழியை செயல் வடிவமாக்க உங்கள் கையில் தவழும்

"உள்ளத்திலிருந்தே வாழ்வு" என்னும் இந்நூல் வழி கூறுகின்றது.

கடந்த கால அறிஞர்கள், மனித இன முன்னேற்றத்திற்கும் அவன் காணும் கனவுகளுக்கு எல்லாம் வழிக்காட்டும் விதமாக, அவன் செல்லும் வழியில் வரும் தடைகற்களைக் கண்டு குழம்பாமல் அவற்றைப் படிக்கற்களாக மாற்றுவது எப்படி என்று விளக்கிச் சென்றுள்ளனர்.

நல்ல புத்தகங்கள் கனவுகளை வளர்க்கும். கனவுகள், எண்ணங்களை உண்டாக்கும். எண்ணங்கள் செயல்களை உருவாக்கும் என்று முன்னாள் ஜனாதிபதி திரு. அப்துல் கலாமின் பொன்மொழி இந்தப் புத்தகத்தை படிக்கும் போது என் நினைவுக்கு வருகிறது.

மனிதன்: மனம், உடல், சூழ்நிலையின் தலைவன் (ஜேம்ஸ் ஆலன் முதன் நூல்-Man : KING OF MIND, BODY AND CIRCUMSTANCE), மகிழ்ச்சிக்கும் வெற்றிக்குமான அடித்தளம் (ஜேம்ஸ் ஆலன் முதன் நூல்-FOUNDATION STONES TO HAPPINESS AND SUCCESS) என்ற வரிசையில் வந்துள்ள உள்ளத்திலிருந்தே வாழ்வு (ஜேம்ஸ் ஆலன் முதன் நூல்-OUT FROM THE HEART) உங்கள் உள்ளத்தை ஆளும் என்று நம்புகிறேன்.

வாழ்வின் எல்லா விடயங்களுக்கும் ஆதாரம் உள்ளத்தின் கருவூலமே. மனதிற்கு ஒரு கண் உண்டு. அந்த கண்ணை மூடிச்செல்லாமல் இதயத்தை தூய்மைப் படுத்தி மனக்கண் வழி நடந்தால் வாழ்வு ஒளிகரமாகும். உயரிய வாழ்வு என்பது எண்ணம், சொல், செயலில் உயர்ந்து விளங்குவதாகும் என்கிறார் ஜேம்ஸ் ஆலன்.

இந்நூல் என்னைப் போன்றே வாசிக்கும் வாசகராகிய உங்கள் அனைவருக்கும் பெரும் பயனைத் தரும் என்னும் உறுதியோடு அணிந்துரையை நிறைவு செய்கிறேன். இந்நூலசரியர் சே.அருணாச்சலம் இன்னும் பல நூல்களை தமிழில் மொழிபெயர்க்க வாழ்த்தி எல்லாம் வல்ல இறைவனை புகழ்ந்து வாழ்த்துரையை நிறைவு செய்கிறேன்.

நன்றி, வணக்கம்

கவிஞர் சா.சாதிக்பாட்சா

(ஜனவரி-2016)

முன்னுரை

மனிதன் தன்னைத் தானே சரிப்படுத்திக் கொள்வதன் அடிபடையில் தான் எல்லா முன்னேற்றங்களும் நல்ஒழுக்கங்களும் அடங்கியிருக்கின்றன என்று கன்பூஷியஸ் கூறுகிறார். அவரின் இந்த எளிமையான, நேரான, பின்பற்றக்கூடிய அறிவுரை ஆழமான மெய்யுரை. உலகின் துன்பத்தைக் குறைப்பதற்குத் தன்னை ஒழுங்குபடுத்தி கொள்வதை விட சிறந்த வழி கிடையாது. தன்னைச் சீர்படுத்திக் கொள்வதை விட மெய்யறிவிற்கு இட்டுச் செல்லும் நேர் வழி வேறு கிடையாது. தன் தவறுகளைத் திருத்திக் கொள்வதை விட தலையாய பணி எதுவும் கிடையாது, உயர்ந்த அறிவியல் விஞ்ஞானமும் கிடையாது. எவன் ஒருவன் தன் குற்றம், குறை, தவறுகளை அறிந்து உணர்ந்து அவற்றை நீக்கும் முறையைக் கற்றுக்கொள்கின்றானோ, உள்ளம் மாசின்றி சுத்தமாக இருக்க வேண்டும் என்று விழித்திருக்கின்றானோ, அலைபாய்ந்து கொண்டிருக்காத சாந்தமான மனதை, ஆழ்ந்து நோக்கி காணும் அறிவான மனதை அடைய நினைக்கின்றானோ, அவன் மனிதனால் ஏற்க முடிந்து ஈடுபடக்கூடிய மிக உன்னதப் பணியில் ஈடுபட்டிருக்கின்றான். அதன் விளைவாக அவன் வாழ்வு பேரருளும் பேரழகும் நிறைந்து ஓர் ஒழுங்குடன் விளங்கும்.

ஜேம்ஸ் ஆலன்

1. உள்ளமும் வாழ்வும்

மனம் போலவே வாழ்வு. உள்ளத்தில் இருப்பவைகளே இடைவிடாமல் தொடர்ந்து வெளிபடுகின்றன. உள்ளத்தில் குடிகொண்டு வெளிப்படாமல் இருப்பது என்று எதுவுமில்லை. எவையேனும் மறைந்து இருந்தால் அது ஒரு காலத்திற்கு மட்டுமே. அது முற்றி அல்லது கனிந்து இறுதியில் வெளிவந்து விடும். விதை, மரம், மலர், கனி என்னும் நான்கு நிலைகளே இயற்கையின் விதியாகும். ஒருவனது உள்ளத்தில் இருந்தே அவனது வாழ்வு புறப்படுகின்றது. அவனது எண்ணங்கள் செயல்களாக மலர்கின்றன. அந்தச் செயல்களின் விளைவே அவனது குணமாக, விதியாக மாறுகின்றது.

வாழ்வு எப்பொழுதும் உள்ளத்தில் இருந்தே மலர்ந்து வெளிபடுகின்றது. உள்ளத்தில் வேரூன்றியிருந்த நிலைபெற்றிருந்த எண்ணங்களே வார்த்தைகளாக, செயல்களாக, சாதனைகளாக உருமாறுகின்றன.

மறைந்து இருக்கும் நீர் ஊற்றின் வாயிலாகவே நீர் சுரக்கின்றது. அது போல மனிதனின் வாழ்வும் அவனது உள்ளத்தின் ஆழத்தில் இருந்தே தொடங்குகிறது. இதுவரை அவன் வாழ்வின் நிலையும் அவன் செய்துள்ள செயல்களும் அங்கிருந்தே தோன்றியுள்ளன. இனி அவன் வாழ்வும் செய்யப்போகும் செயல்களும் அங்கிருந்தே பிறந்து தவழ்ந்து எழப்போகின்றன.

துயரம்-மகிழ்ச்சி, துன்பம்-இன்பம், நடுக்கம்-நம்பிக்கை, காழ்ப்புணர்வு- அன்பு, வெறுப்பு- விருப்பு, அறியாமை- மெய்யறிவு இவை எல்லாம் வேறு எங்கும் இல்லை. மனதிலேயே இருக்கின்றன. அவை எல்லாம் முழுக்க முழுக்க மனநிலைகளே.

மனிதனது உள்ளக்கதவுகளின் சாவி அவன் ஒருவனிடம் மட்டுமே கொடுக்கப்பட்டுள்ளது. தன் மனதைக் கவனித்து கொள்ளும் பொறுப்பும் அவன் உடையதே. தோல்வி நேரத்தில் புகலிடமாக, வெற்றி நேரத்தில் அரனாக விளங்கும் அவனது உள்ளத்தின் ஒரே பாதுகாவலன் அவன் ஒருவன் மட்டுமே. அவன் உள்ளத்தில் கவனமுடன், அக்கறையுடன் செயல்படலாம் அல்லது கவனமின்றி அக்கறையின்றி செயல்படலாம். அவன் உள்ளத்தை கவனமுடன் பாதுகாத்து வைத்து கொள்ளலாம். தளர்வின்றி தன்னைப் பரிசோதித்தவாறு மனதை சுத்தப்படுத்தி

கொள்ளலம். தீய எண்ண்ஙகள் தன்னுள் புகாமல் தடுத்துக் கொள்ளலாம். இதுவே பேரின்பத்திற்கான பேரானந்தத்திற்கான வழியாகும்.

இதற்கு மாறாகத் தன் உள்ளத்தைச் சீர்படுத்திக் கொள்ள வேண்டிய தன் வாழ்வின் தலையாயப் பணியை மறந்து கட்டுபாடின்றி கவனமின்றி வாழலாம். அது தன்னைத் தானே ஏமாற்றிக் கொள்ளும் துன்பத்தை வரவழைத்து கொள்ளும் வழியாகும்.

எனவே மனதிலிருந்தே வாழ்வு புறப்படுகின்றது என்று மனிதன் உணர்ந்துக் கொள்ளட்டும். பேரானந்தத்திற்கான பேரின்பத்திற்கான, பேரமைதிக்கான, பேரருளுக்கான வழி அவனுக்கு எப்போதும் திறந்த வண்ணமே உள்ளது. தன் மனதை ஆளும் திறன் தன்னிடம் உண்டு; தன் குறிக்கோளுக்கு ஏற்றவாறு அதை வடிவமைத்துக் கொள்ளலாம் என்று அவன் மெல்லக் கண்டறிவான். பின்பு தான் செல்ல வேண்டிய பாதையை வலிமையாக உறுதியாகத் தேர்ந்தெடுப்பான். அந்தப் பாதையில் அவனது எண்ணங்களும் செயல்களும் ஒன்றாக இசைந்து அற்புதங்கள் நிகழும். அவனது வாழ்வு- பேரழகு நிறைந்ததாக, புனிதமானதாக, தெய்வீகமாகத் தோன்றும். கூடிய விரைவில் பாவங்களையும் குற்றங்களையும் குழப்பங்களையும் துன்பங்களையும்

வேதனைகளையும் களைந்து விடுவான். தன் உள்ளக்கதவுகளை கண் இமைப் பொழுதும் காவல்காத்து கொண்டு இருப்பவன் பற்றிலிருந்து விடுபட்டு பேரானந்தத்திற்கும் பேரமைதிக்கும் மிக அருகில் சென்று இருப்பான்.

2. மனதின் இயல்பும் ஆற்றலும்

வாழ்வை ஆட்டிவைப்பது மனமே. சூழ்நிலைகளை உருவாக்குவதும் வடிவமைத்துக் கொள்வதும் மனம் தான். அதன் பலனை அனுபவிப்பதும் மனம் தான். அது தன் உள்ளே மாயையைத் தோற்றுவித்துக் கொள்ளும் ஆற்றலையும் கொண்டுள்ளது. உண்மையை உள்ளவாறு உணரும் ஆற்றலையும் கொண்டுள்ளது. விதி என்னும் ஆடையை நெய்யக்கூடிய மறுக்கமுடியாத நெசவாளி மனம் தான். அந்த விதி என்னும் ஆடையின் மூலப்பொருளான ஒவ்வொரு நூலும் ஒவ்வொரு எண்ணமாகும். தறியிலிருந்து புறப்படும் நூல் குறுக்கும் நெடுக்கும் இழையோடி நூலிழைகளாகி ஆடையாக மாறுவது போல உள்ளத்தில் இழையோடும் எண்ணங்களிலிந்து நற்செயல்களும் தீயசெயல்களும் பிறக்கின்றன. நற்செயல்களின், தீயசெயல்களின் கூட்டு வடிவமே ஒருவனது குணமாகும். மனமானது தான் நெய்த ஆடையைத் தானே அணிந்து கொள்கிறது.

மனிதன் மனம் வசப்பட்டவன், அந்த மனதிடமோ அளவிட முடியாத அளவிற்கு ஆற்றல் நிறைந்து இருக்கின்றது. அது தேர்ந்து எடுத்துச் செயல்படுவதற்கு ஒருவரையறையின்றி வாய்ப்புகள்

வழங்கப்பட்டள்ளன. மனிதன் அனுபவத்தின் வாயிலாகப் பல பாடங்களைக் கற்றுக்கொள்கிறான். அதன் பயனாக வேண்டியவற்றை மென்மேலும் ஆழ்ந்து அனுபவிக்கலாம் அல்லது வேண்டாதவற்றைக் கைவிட்டுவிடலாம். அவன் எந்த இடத்திலும் எந்தச் சங்கிலியாளும் கட்டப்பட்டு இருக்கவில்லை. மாறாக அவன் தன்னைத் தானே பல இடங்களில் பிணைத்துக் கொண்டு உள்ளான்.பிணைத்துக் கொள்ளும் ஆற்றல் பெற்றுள்ளதால் வேண்டும் பொழுது தன்னைத் தானே விடுவித்து கொள்ள வேண்டிய பொறுப்பும் அவனுடையதே.

மனிதனால் வெறிபிடித்த விலங்கினையும் விட கீழாக நடந்து கொள்ள முடியும் அல்லது மனமாசற்றவனாகவும் வாழ முடியும். அறியாமையிலும் வாழ முடியும் அல்லது சான்றோனாகவும் வாழ முடியும். முட்டாளாகவும் வாழ்ந்து கொள்ளலாம் அல்லது புத்திசாலியாகவும் வாழ்ந்து கொள்ளலாம். அவன் எதைத் தேர்ந்து எடுத்தானோ அதையே அவன் வாழ்கிறான். இடையறாது தொடர்ந்தச் செயல்களின் விளைவாக பழக்கங்கள் அவனுள் உருவாகின்றன. அவ்வாறு உருவாக்கிக் கொண்டுள்ள அவன், முயற்சி செய்தால் அப்பழக்கங்களிலிருந்து விடுப்பட்டுக் கொள்ளவும் முடியும். தன்னைச் சுற்றி ஒருவன் மாயத் தோற்றங்களை உருவாக்கிக் கொள்ளலாம், உண்மை

முற்றிலுமாக தொலையும் வரையிலும். அந்த மாயத் தோற்றங்கள் ஒவ்வொன்றையும் விலக்கி உண்மையின் வெளிச்சத்தை மீண்டும் மீட்கவும் முடியும். அவன் சாதிப்பதற்கு எல்லை எதுவும் வரையறுக்கப் படவில்லை. அவன் மனதை ஆள்வதற்கு முழுச்சுதந்திரமும் அவனிடம் வழங்கப்பட்டுள்ளது.

மனதின் இயல்பான குணமே தான் நிலைக் கொள்ள வேண்டிய தளத்தைத் (தன் நிலையைத்) தானே நிர்னயித்துக் கொள்வதும் தானே உருவாக்கிக் கொள்வதும் தான். துன்ப எண்ணங்களில் சிக்கித் தவித்து உழன்றாலும் இன்ப எண்ணங்களில் சிறகடித்து பறந்தாலும் தான் அனுபவித்து கொண்டிருக்கும் நிலையை அதுவே தான் தேர்ந்து எடுத்தது. தன்னுடைய நிலையைச் சரி செய்து கொள்ளும் வலிமையையும், கை விடவேண்டிய நிலையை உதறித் தள்ளும் ஆற்றலையும் கொண்டுள்ளது. தான் தேர்ந்து எடுத்ததன் காரணமாக தனக்கு தொடர்ந்து நிகழும் அனுபவங்கள் தந்த படிப்பினையால் தன் வலிமையையும் ஆற்றலையும் பயன்படுத்திய வண்ணமே உள்ளது.

குணம் மற்றும் வாழ்வை ஒரு கூட்டுத் தொகை என்று கொண்டால்

அந்தக் கூட்டுத் தொகை உருவாகக் காரணமான ஒவ்வொரு எண்ணும் உள்ளத்தில் எண்ணிய எண்ணங்களே. முயற்சியையும் மனவுறுதியையும் மேற்கொண்டால் தன்னுடைய எண்ணங்களின் தன்மையை ஒருவனால் மாற்றி கொள்ள இயலும். தீயபழக்கங்களின் பிடியைத் தளர்த்த முடியாமல் அடிமை வயப்பட்டு வாழ்வது, பலவீனமாக வாழ்வது, பாவச்சுமைகளுடன் வாழ்வது என்னும் இவை எல்லாம் ஒருவனது மனதின் எண்ணங்களால் உருவானவைகளே. அவற்றை அவன் மனதின் எண்ணங்களால் மட்டுமே அழிக்கவும் மாற்றவும் முடியும். அவைகள் மனதில் தான் குடி கொண்டுள்ளன. வேறு எங்கும் இல்லை. புறபொருட்களின் தொடர்பால் தான் அவை நிகழ்ந்தாலும் அந்த மனத்தின் பலவீனமே அதற்குக் காரணம். அந்தப் புறப்பொருட்களின் பலம் அல்ல.

உள்ளத்தின் நிலை தான் வெளிச்சூழலின் கட்டமைப்பிற்கு எப்போதும் காரணமாக இருக்கும். வெளிச்சூழ்நிலை உள்ளத்தின் நிலையை கட்டமைப்பதற்கு ஒருபோதும் காரணமாக இராது. தூண்டுதலானது புறப்பொருட்களிலிருந்து எழவில்லை. அந்தப் பொருளின் மேல் மனம் கொண்ட இச்சையே தூண்டுதல் உண்டாவதற்குக் காரணமாகும். துன்பத்திற்கும் துக்கத்திற்கும் கூட புறபொருட்களும் புறசம்பவங்களும் காரணமல்ல. ஒழுக்கமற்ற மனத்தின் மனபார்வையோடு அந்தப்

புறப்பொருட்களையும் புறச்சம்பவங்களையும் நோக்கும் விதமே காரணமாகும்.

மாசற்ற தன்மையைக் கடைபிடிக்கும் ஞானம் என்னும் அரனால் பாதுகாக்கப்படும் மனமானது, பெரும் துன்பத்தை துக்கத்தை வரவழைத்துத் தரும் எல்லா வகை இச்சைகளையும் பேராசைகளையும் தவிர்க்கின்றது. மெய்யறிவை நிம்மதியை பெறுகின்றது.

மற்றவர்களைத் தீயவர்கள் என்று கண்டிப்பது மற்றும் புறச்சூழ்நிலைகளே துன்பத்திற்குக் காரணம் என்று தூற்றுவது என்பவை எல்லாம் உலகின் பாரத்தை, கொந்தளிப்பை குறைக்கவில்லை, மாறாக அதிகப்படுத்துகின்றன. வெளிச்சூழல் என்பது உள்ளத்தில் உள்ள எண்ணங்களின் நிழல் பிம்பமே, உள்ளத் துடிப்பின் விளைவினால் உருவானவைகளே. உள்ளம் மனமாசின்றி இருக்கும்போது காணும் அனைத்தும் களங்கமின்றி காட்சி அளிக்கின்றது.

வளர்ச்சியும் வாழ்வும் எப்போதும் உள்ளிருந்தே வெளியில் புறப்படுகின்றன. தளர்ச்சியும் இறப்பும் எப்போதும் வெளியிருந்து உள்ளே புகுகின்றன. இது இயற்கை விதியாகும். எல்லா பரிணாம வளர்ச்சியும் உள்ளிருந்தே வெளிப்பட்டு இருக்கின்றன. எல்லா

மாற்றங்களும் சரி செய்தல்களும் முதலில் உள்ளே தான் நடைபெற வேண்டும். எவன் ஒருவன் வெளியில் இருக்கும் பிறருடன் போட்டியும் போராட்டமுமாக இருப்பதை விடுத்து தன்னுள்ளே இருக்கும் சக்தியையும் ஆற்றலையும்-, தன்னை உயர்நிலைக்கு மாற்றிக்கொள்ள, புத்துயிர் ஊட்டிக்கொள்ள, மனதை பண்படுத்திக் கொள்ள, வீணடிக்கா வண்ணம் பயன்படுத்திக் கொள்கிறானோ அவன் தன்னைப் பாதுகாத்துக்கொள்கிறான். தன் மனதைத் தடம்புரளாமல் இணக்கமாக வைத்திருக்கும் போது பிறரை அன்போடும் கனிவோடும் வழிநடத்தித் தன்னைப் போலவே பிறரையும் உயர்நிலைக்கு அழைத்துச் செல்கிறான்.

பிறரை தன்வயப்படுத்தி கொள்வதாலும் பிறர் மீது ஆதிக்கம் செலுத்துவதாலும் ஒருவன் பேரின்பத்தையும் நிம்மதியையும் அடைய முடியாது. தன் மீதும் தன் மனதின் மீதும் ஆதிக்கம் செலுத்தி தீயநெறியில் கால்பதியாமல் அறநெறி பாதையில் உறுதியாக செல்வதாலேயே நிம்மதியையும் மெய்யுணர்வையும் அடைய முடியும்.

ஒருவனது வாழ்வு அவனது உள்ளத்திலிருந்தும் மனதிலிருந்துமே புறப்படுகின்றது. அவன் தனது எண்ணங்கள், செயல்கள் என்னும் மூலப்பொருட்களாலேயே தன் மனதை

உருவாக்கியுள்ளான். அந்த மனதைத் தனது எண்ணங்களின் தன்மையால் தான் விரும்பிய வண்ணம் அவனால் வடிவமைத்துக் கொள்ள முடியும். தன் வாழ்வைத் திருத்தி அமைத்துக் கொள்ள முடியும். அது எவ்வாறு நடைபெறும் என்பது அடுத்த பகுதியில் விளக்கப்பட்டுள்ளது.

3. பழக்கங்கள் உருவாகும் விதம்

உறுதியாக நிலைப்பெற்றுவிட்ட ஒவ்வொரு மனநிலையும் எண்ணங்களின் தொடர்ச்சியால் விளைந்த பழக்கமே. துக்கம்-மகிழ்ச்சி, கோபம்-அமைதி, இறுகப் பற்றிக் கொள்ளும் பொருளாசை – தாராள உள்ளம் இவை எல்லாம் மனநிலைகளே. விரும்பி, தொடர்ந்து பழகிய காரணத்தால் அவை ஒருவனது குணங்களாகி இறுதியில் இயல்பாகவே மாறிவிட்டன. தொடர்ந்து எண்ணப்படும் எண்ணமானது ஒருவனது நிலைப்பெற்ற பழக்கமாகவே மாறி பின்பு அது போன்ற நிலை பெற்றுவிட்டப் பழக்கங்களிலிருந்து அவனது வாழ்வு வெளிப்படுகின்றது.

தனக்குத் திரும்பத்திரும்ப ஏற்படும் அனுபவங்களிலிருந்து பாடங்களைக் கற்று கொள்வது தான் மனதின் இயல்பு. தொடக்கத்தில் நினைத்துப் பார்பதற்குக் கூடக் கடினமாகத் தோன்றும் சில எண்ணங்கள், படிபடியாகத் தொடர்ந்தப் பயிற்சியினாலும் முயற்சியினாலும் பழக்கமாகி இயல்பாகவே ஆகிவிடுகின்றன.

உள்ளத்திலிருந்தே வாழ்வு

ஒரு தொழிலைக் கற்றுக் கொள்ளத் தொடங்கும் ஆரம்பக் கட்டத்தில் உள்ள ஓர் இளைஞன் அந்த தொழிலுக்குரிய கருவிகளை எவ்வாறு சரியாகக் பிடித்து கொண்டு கையாள்வது என்று கூட தெரிந்திருக்க வாய்ப்பு இல்லை என்னும் போது அதை எவ்வாறு சரியாகப் பயன்படுத்த வேண்டும் என்பதை அவன் அறிந்திருக்க முடியாது. ஆனால் தொடர்ந்தப் பயிற்சியினாலும் விடாமுயற்சியாலும் அந்தக் கருவிகளை மிகச்சுலபமாக முழுமையாகக் கையாளும் திறமையை, பயன்படுத்தும் ஆற்றலைப் பெற்றுவிடுகிறான். அதைப் போலவே ஒரு வகை மனநிலையை உணர்வுநிலையாகக் கொண்டிருப்பது என்பது ஆரம்பத்தில் கற்பனைக்கு எட்டாத தூரத்தில் இருக்கும். ஆனால் தளராத மனவுறுதியோடு மேற்கொள்ளும் பயிற்சியாலும் முயற்சியாலும் எண்ணும் எண்ணங்களாலும் நிறைவேற்றும் செயல்களாலும் எட்டாது உயரத்தில் இருந்த அந்த மனநிலை மெல்ல உள்புகுந்து ஒன்று அறக் கலந்து இயற்கையாகவே மலரும் தன்மையைப் பெற்றுவிடுகிறது.

தன் மனநிலையையும் பழக்கங்களையும் - உருவாக்கிக் கொள்வதிலும் முறித்துக் கொள்வதிலும் மீண்டும் புதிதாக ஒன்றை உருவாக்கிக் கொள்வதிலும் ஆகிய இந்த மனதின் ஆற்றலிலேயே மனிதனின் துன்பத்திற்கான விடிவும் தீர்வும் அடங்கி இருக்கின்றன. தன்னைத் தானே கட்டுப்படுத்தி

ஆள்பவன், மற்றவைகள் தன்னை அடக்கி ஆள முடியாத வழியை அறிந்து கொள்கிறான். தீயப்பழக்கங்களை உருவாக்கிக் கொள்ள மனிதனிடம் ஆற்றல் வழங்கப்பட்டு உள்ளதைப் போலவே நன்மை தரும் பழக்கங்களை உருவாக்கிக் கொள்ளவும் அவனுக்கு ஆற்றல் வழங்கப்பட்டு உள்ளது. இப்பொழுது ஏற்படும் சந்தேகங்களைத் தீர்த்துக் கொள்ள ஆழ்ந்து உணர்ந்து கூர்ந்து கவனமாக படித்துச் செல்லவேண்டிய கட்டத்தை அடைந்து உள்ளோம்.

சரியான ஒன்றைச் செய்வது தான் கடினம், தவறான ஒன்றை எளிதாக செய்துவிடலாம், புனிதச் செயல்களைச் செய்வது தான் கடினம் ,பாவச் செயல்களை எளிதில் செய்துவிடலாம் என்று உலகம் முழுவதுமே பொதுவாகக் கூறப்படுகிறது. எழுதி வைக்கப்பட்டுள்ள உண்மையைப் போல் அது விளங்கி வருகிறது.

ஏதோ ஒரு சாதாரன ஆசான் அல்ல, புத்தரே இவ்வாறு கூறியிருக்கிறார்: "தீயச்செயல்களும் துன்பத்தை விளைவிக்கும் செயல்களும் செய்வதற்கு எளிதானவைகளே. ஆனால் நற்செயல்களையும் பயனளிக்கக் கூடிய செயல்களையும் செய்வதற்குத் தான் வலியையும் பாரத்தையும் ஏற்றுக் கொள்ளவேண்டும்" என்று.

மனிதக்குலத்தைப் பொறுத்த வரையில் இது உண்மை தான் என்றாலும், எந்த வகையில் உண்மை என்றால் அந்த அனுபவம் கடந்து போகும் வரையில் உண்மை தான், மனித பரிணமிப்பு ஒரு குறிப்பிட்ட வளர்ச்சி கட்டத்த் எட்டும் வரையில் உண்மை தான். அது ஒரு நிலையான சூயல் அல்ல. நன்மை செய்வது கடினம் தீமை செய்வது எளிது என்பது ஒரு அழிவில்லாத நிரந்தர உண்மை அல்ல. மக்களுக்குத் தீமையை எளிதாக செய்வதற்குக் காரணம் அறியாமை நிலவுவதும் பொருட்கள்களின் இயல்பையும், வாழ்வின் அர்த்தத்தையும் சாரத்தையும் உணர்ந்துக் கொள்ளாததுமே காரணமாகும்.

ஒரு குழந்தை எழுத பழகும் போது தன்னுடைய பேனாவையோ பென்சிலையோ எவ்வாறு பிடித்து கொள்ளக்கூடாதோ அவ்வாறு சரியாகப் பிடித்துக் கொள்ளும். எழுத்துக்களையும் அதன் வடிவில் இல்லாமல் எழுதும், சரியான முறையில் பேனாவைப் பிடித்துச் சரியான முறையில் எழுத்துக்களை எழுதுவதற்கு அந்த குழந்தைக்கு மிகவும் கடினமாக இருக்கும். எழுத்து என்னும் கலையை அறியாத குழந்தையின் துன்பம் அது. தினமும் எழுதி பழகப்பழக அந்தத் துன்பம் அதை விட்டு நீங்கி விடும். பின்பு பேனாவை சரியாகப் பிடித்துக்கொள்வதும், சரியான வடிவில் எழுதுவதும் எளிதாகிவிடும். பேனாவைத் தவறாகப்

பிடித்துக்கொள்வதும் தவறான வடிவில் எழுதுவதும் தேவையற்றது தான் என்றாலும் கூட அந்தத் தவறைச் செய்வதும் கடினமாகிவிடும்.

வாழ்வின் முக்கியமான விஷயங்களும் மனதில் கொள்ள வேண்டிய முக்கியமான விஷயங்களும் இதே போன்று தான். ஒன்றைச் சரியாகச் செய்வதற்குப் பயிற்சியும் புத்துணர்ச்சியுடன் தொடரும் முயற்சியும் தேவை. ஆனால், இறுதியில் ஒரு கட்டம் வந்து விடும். அப்பொழுது தவறாக எண்ணுவதும் தவறாக செய்வதும் கடினமாகிவிடும். அவ்வாறு அதைச் செய்வது தேவையற்றது தான் என்றாலும் கூட.

கைவினை கலைஞர்கள் தங்கள் தொழிலைத் தினமும் பழகுவதால் அதில் தேர்ச்சி பெறுவது போல எவரும் நன்மையானதைத் தினமும் கடைபிடித்து அதில் தேர்ச்சி பெறலாம். அது முழுக்கமுழுக்க நன்மையான பழக்கங்களையும் எண்ணங்களையும் உருவாக்கிக் கொள்வதிலேயே அடங்கி இருக்கிறது. எவன் ஒருவனுக்கு நல்ல எண்ணங்கள் எளிதாகவும் இயல்பாகவுமே ஆகிவிடுகிறதோ தீய எண்ணங்களும் தீயவற்றைப் புரிவதும் கடினமாகிவிடுகிறதோ அவன் உயர்ந்த நல்லொழுக்கத்தைத் தூய்மையான ஆன்ம அறிவை பெற்று விளங்குகிறான்.

மனிதர்களுக்குத் தவறுகளையும் பாவங்களையும் செய்வதற்கு எளிதாக இருப்பதற்குக் காரணம் அவர்கள் திரும்பத் திரும்ப தொடர்ந்து செய்த தீயபழக்கங்களும் எண்ணிய தீயஎண்ணங்களுமே காரணமாகும். ஒரு திருடனுக்குத் திருடுவதற்குச் சந்தர்ப்பமும் சூழ்நிலைகளும் சாதகமாக இருக்கும் போது திருட்டில் ஈடுபடாமல் விலகியிருப்பது மிகவும் கடினமனதாக இருக்கும். அதற்குக் காரணம் அவன் பலகாலம் பேராசை எண்ணங்களுடனும் அபகரித்துக் கொள்ளும் தன்மையுடனும் வாழ்ந்துள்ளது தான்.

ஆனால் ஒரு நேர்மையான மனிதனுக்கு அது போன்ற சூழ்நிலையில் எவ்விதமான சஞ்சலமோ குழப்பமோ சிறிதும் ஏற்படாது, அதறகுக் காரணம் அவன் நெடுங்காலம் நேர்மையான எண்ணங்களுடனே வாழ்ந்துள்ளது தான். அவனது ஆன்ம அறிவின் வெளிச்சத்தால் திருடும் செயலானது எவ்வளவு தவறானது, கீழ்த்தரமானது, தீங்கு விளைவிப்பது என்று உணர்ந்து சிறுதுளி அளவிற்குக் கூட "திருட்டு" போன்ற எண்ணங்கள் தன்னுள் புகாதவாறு பார்த்துக் கொள்கிறான். சிறிய செயல்கள் உதாரணமாகச் சுட்டிக் காட்டப்படாமல் "திருட்டு" என்ற மிகப் பெரும் குற்றம் இங்கு உதாரணமாகச் சுட்டிகாட்டப்பட்டுள்ளதற்குக் காரணம், உருவாக்கிக் கொண்ட பழக்கங்களின் வலிமையையும் பிடியையும் உணர்த்துவதற்காகத் தான். நல்லொழுக்கமோ

தீயொழுக்கமோ இரண்டும் ஒரே விதமாகத் தான் படிப்படியாக வளர்கின்றன.

கோபமும் பொறுமையின்மையும் ஆயிரக்கணக்கானவர்களுக்கு எளிதாகவும் இயற்கையாகவும் வருவதற்குக் காரணம் தொடர்ந்து கோபமான பொறுமையை இழக்கத் துடிக்கும் எண்ணங்களில் உழல்வதும் செயல்களை செய்வதுமே காரணம் ஆகும். ஒவ்வொரு கோபமான செயலாலும் பொறுமையை இழக்கும் செயலாலும் அந்தப் பழக்கம் மேலும் ஆழமாக வேரூன்றி இறுகப் பற்றி தன்பிடியை உறுதிபடுத்திக் கொள்கின்றது.

சாந்தமும் பொறுமையும் இதே போன்று பழக்கமாகலாம். சாந்தமும் பொறுமையுமான எண்ணங்களை முதலில் முயறிசித்து உறுதியாகப் பற்றி பின்பு தொடர்ந்து அதே வித எண்ணங்களில் மூழ்கி வாழ்ந்து வந்தால் ஒரு கட்டத்தில் முயற்சி செய்து பொறுமையையும் சாந்தத்தையும் கடைப் பிடிக்க வேண்டும் என்னும் நிலையைக் கடந்து அவை இயற்கை குணமாகவே மாறிவிடும். கோபமும் பொறுமையின்மையும் அடியோடு விலகி விடும். இந்த விதத்தில் தான் ஒவ்வொரு தீயஎண்ணத்தையும் மனதிலிருந்து விலக்க முடியும். ஒவ்வொரு உண்மை அல்லாத செயலையும் அழிக்க முடியும். ஒவ்வொரு பாவத்திலிருந்தும் மீள முடியும்.

4. செயல்களினால் விளைந்த அனுபவ அறிவு

தன்னுடைய முழு வாழ்வும் தன் மனதிலிருந்தே தோன்றிப் புறப்படுகிறது என்று ஒருவன் உணர்ந்து கொள்ளட்டும். அந்த மனமானது பழக்கங்களின் கூட்டுச்செயல்பாடுதான். அந்தப் பழக்கங்களைப் பொறுமையுடன் முயற்சி செய்து எந்த அளவிற்கு வேண்டுமானாலும் மாற்றிக் கொள்ள முடியும், தன் மனதின் மீது ஆதிக்கம் செலுத்த முடியும், தன் மனதை ஆள முடியும், கட்டுபடுத்த முடியும் என்று அவன் உணர்ந்து கொள்ளட்டும். இவ்வாறு உணரும் அந்தக் கனமே தன்னைப் பூட்டியிருந்த அடிமை விலங்கைத் திறக்கும் திறவுகோலை அவன் பெற்றுவிடுகிறான்.

வாழ்வின் தீங்குகளிலிருந்து விடுபடுவது என்பது (அது மனதின் தீங்கிலிருந்து விடுபடுவது ஆகும்) உள் நிகழ்ந்தவாறு இருக்கும் ஒரு வளர்ச்சி ஆகும். வெளியே திடீரென்று நிகழும் ஒன்றினால் அவ்வளர்ச்சியைப் பெற்று விட முடியாது. ஒவ்வொரு நாளும் ஒவ்வொரு மணி பொழுதும் களங்கமற்ற

எண்ணங்களையே மனம் எண்ணுமாறு கவனித்துக் கொள்ளவேண்டும். உணர்ச்சி வேகத்தில் தவறு இழைக்கும் சூழ்நிலைகளில் எல்லாம் பற்று நீங்கி சரியான மனநிலையைக் கை கொள்ள வேண்டும். உயர்ந்த வாழ்வை வாழ விரும்புபவன்- பளிங்கு சிலையைப் பொறுமையாக வடிக்கும் சிற்பி போன்று தன் ஒட்டு மொத்த மனதையும் கவனித்து மெல்ல மெல்ல செதுக்கியாவாறே இருக்கட்டும்- தன்னுடைய இலட்சிய புனித கனவு அவற்றிலிருந்து அவனுக்கு வெளிப்படும்.

உயர்ந்த சிகரத்தை நோக்கி பயணத்தைத் தொடங்கும் பொழுது சுலபமான சிறுசிறு படிகளில் இருந்து தொடங்குவதே பாதுகாப்பானது ஆகும். அந்தச் சிறுசிறு படிகளைக் கடந்தபின் அடுத்த நிலை, அதற்கு அடுத்த நிலை என்று செல்ல வேண்டும். படிபடியான வளர்ச்சி, முன்னேற்றம் ஆகியவற்றோடு கூடவே நிகழும் உள்நிலை மாற்றம், உள்நிலை மலர்தல் என்பதே இயற்கை விதியாகும். இந்த இயற்கை விதி வாழ்வின் எல்லா நிலைகளுக்கும் பொருந்தும். மனிதனின் சாதனைகளில் எல்லாம் இந்த இயற்கை விதி செயல்படுவதை உணர்ந்து கொள்ள முடியும். இந்த இயற்கை விதி எங்கே மீறப்படுகிறதோ அங்கே தோல்வி ஆரம்பமாகிவிடும்.

கல்வியைக் கற்கும் போது, ஒரு தொழிலைப் பழகும் போது, ஒரு வியாபாரத்தை நடத்தும் போது, இந்த விதியை முழுவதுமாக மதித்து எல்லோரும் பின்பற்றுகிறார்கள். ஆனால் அறநெறிகளை, சத்தியத்தை, வாழ்வின் நல்லொழுக்கத்தை, நல்லறிவைக் கற்றுக் கொள்ள எண்ணும் போது ஏறக்குறைய எல்லோராளுமே இந்த விதி அங்கிகரிக்கப்படாமல் மதிக்கப்படாமல் மீறப்படுகிறது. எனவே தான் அறநெறி, மெய்மை, நிறைவானவாழ்வு போன்றவைகள் எல்லாம் அதனைக் கடைபிடிப்பவர்கள் இல்லாமல், தங்களுடையதாக்கி கொள்ள விரும்புவார்கள் இல்லாமல், காண்பதற்கு அரிதாக இருக்கின்றது.

சாஸ்திரங்களைப் படிப்பது, மதச் சடங்குகளைப் பின்பற்றுவது, தத்துவங்களை ஆராய்வது ஆகியவை தான் உயரியவாழ்வு- இவற்றைத் தொடர்ந்து பின்பற்றுவதாலேயே ஆன்மீக அறிவை பெறமுடியும் என்னும் ஒரு தவறான கருத்து பொதுவாக நிலவுகிறது. உயரியவாழ்வு என்பது எண்ணம், சொல், செயல் ஆகியவற்றில் உயர்ந்து விளங்குவதாகும். ஆன்மஅறிவு பிரபஞ்சம் எங்கும், மனிதனுக்குள்ளும் நிறைந்து கிடக்கின்றது. அந்த ஆன்ம அறிவை ஒருவன் பெறவேண்டுமானால் நீண்டநெடிய ஒழுக்கமுறைகளில், சத்தியத்தை, உண்மையைத் தேடுவதில், தேடியதை நடைமுறைப் படுத்துவதில் ஈடுப்பட வேண்டும்.

எளியவைகளை, சிறியவைகளை முழுமையாகத் தெளிவாகத் தெரிந்து கொள்வதும் புரிந்து கொள்வதும் தான் வலியவைகளை, பெரியவைகளை அறிந்து கொள்வதற்கான வழி. ஒன்றைப் பயிற்சி செய்வதே அதைப் பற்றிய அறிவிற்கு முந்தையபடி.

பள்ளிக்கூட ஆசிரியர் தன் மாணவர்களுக்கு எடுத்த உடன் கணிதவியலின் சூத்திரங்களையோ சாரத்தையோ கோட்பாடுகளையோ கற்றுத் தருவது இல்லை. அவ்வாறு கற்றுத் தருவது வீணானது, அது கற்றுக்கொள்ளும் ஆர்வத்தையே சிதறடித்துவிடும் என்று அவருக்குத் தெரியும். முதலில் எளிய, சுலபமான கணக்குகளை அவர்களிடம் விளக்கி அதன் விடையை அவர்களே கண்டு அறியும்படி செய்வார். தவறுகளைச் செய்து செய்து முயற்சியைக் கைவிடாமல் மீண்டும் முயன்று அதன் விடையை கண்டு அறிவதில் அவர்கள் வெற்றி பெற, அதை விட கடினமான கணக்கை இன்னும் ஒன்று இன்னும் ஒன்று என்று அவர்களுக்கு வழங்குவார். மாணவர்களின் பலவருட பயிற்சிக்கும் பயன்பாட்டிற்கும் பின்பே அது செயல்படுவதன் அடிப்படையையும், கோட்பாடுகளையும் அதன் சாரத்தையும் அவர்களுக்கு விளங்க வைப்பார்.

ஒரு தொழிலைக் கற்றுக் கொள்வதில், உதாரணத்திற்கு இயந்திரங்களைப் பழுது பார்க்கும் மெக்கானிக் தொழில், அந்தச் சிறுவனிடம் இயந்திரங்கள் எந்த அடிப்படையில் இயங்குகிறது என்று கற்றுக் கொடுக்கப்படுவது இல்லை. சிறிய கருவி அவன் கையில் தரப்பட்டு அதைப் பயன்படுத்தும் முறை அவனிடம் கற்றுத் தரப்படுகிறது. பின்பு அவனே முயன்று பார்த்து பழகிகொள்ளட்டும் என்று விட்டு விடப்படுகின்றான். அவன் கருவிகளைத் தவறின்றி கையாள தொடங்கியவுடன், மேலும் மேலும் கடினமான பணிகள் அவனுக்கு வழங்கப்படுகின்றன. இவ்வாறு பல ஆண்டு பயிற்சியில் தன்னைத் தயார் படுத்தி கொண்ட பின்பே இயந்திரங்கள் செயல்படுகின்ற விதத்தை, பின்னணி காரணங்களை அவனால் அறிந்து கொள்ள முடியும்.

சரியாக நிர்வகிக்கப்படும் வீட்டின் குழந்தைக்கு, எல்லா சூழ்நிலையிலும் அது ஒழுக்கமாக நடந்து கொள்ளவேண்டும் என்று கற்றுத் தரப்படுகிறது. அந்தக் குழந்தையிடம் ஏன் அவ்வாறு நடந்துக் கொள்ள வேண்டும் என்று விளக்கப்படுவது இல்லை. அவ்வாறு தான் நடந்து கொள்ள வேண்டும் என்று கட்டளை இடப்படுகிறது. ஒரு அளவிற்காவது அந்தக் கட்டளைகளுக்கு அடிப்பணிந்து அதை நிறைவேற்றிய பின்பே அந்த காரணங்கள் அந்த குழந்தையிடம் விளக்கப்படுகிறது. குடும்பத்தில் உள்ளவர்களுடனும்

அக்கம் பக்கத்தில் உள்ளவர்களுடனும் நன்னடத்தையுடன் பழகுவதற்கு முன்பே எந்த தந்தையும் தன் குழந்தையிடம் நல்லொழுக்க விதிகளைக் குறித்துப் போதனை செய்வது இல்லை.

இவ்வாறு வாழ்வின் சாதாரண விஷயங்களில் கூட ஒன்றைப் பற்றிய தெளிந்த அறிவை பெறுவதற்கு முன் அதை முயன்று பயின்று பழக்கப் படுத்திக் கொள்ள வேண்டும் என்னும் விதி உறுதியாகச் செயல்படுகிறது என்னும் போது ஆன்மீக விஷயங்களுக்கு, வாழ்வின் உயர்ந்த விஷயங்களுக்கு சிறிய மீறலையும் கூட அனுமதிக்காமல் அந்த விதி மேலும் கண்டிப்புடன் செயல்படுகின்றது.

அறநெறிகளை ஒருவன் அறிய வேண்டும் என்றால் அவன் அவற்றை நடைமுறை படுத்த வேண்டும். மெய்யறிவை அடைய வேண்டும் என்றால் அறநெறிகளைப் பயில்வதில் தன்னைச் செழுமை படுத்திக் கொள்ள வேண்டும். அறநெறிகளை உடைமையாக்கிக் கொள்ள முழுமையாகப் பயில்பவன் மெய்யறிவையும் முழுமையாகப் பெறுவான்.

எளியவற்றில் தொடங்கி அடுத்த நிலை அதற்கு அடுத்த நிலை என்று அறநெறிகளை ஒவ்வொரு நாளும் ஒவ்வொரு மணி பொழுதும் தன் வாழ்வில் ஒன்றறக் கலந்து வாழ்வதாலேயே உண்மைக்கு அருகில் வர முடியும். பள்ளிக் குழந்தை தன் பாடங்களைப் பொறுமையாக ஒழுக்கமாகத் தொடர்ந்த பயிற்சியாலும் விடாமுயற்சியாலும் தன் அறிவிற்கு எட்டாமல் இருந்த ஒன்றைக் கற்றுத் தேர்ந்து தடைகளை எல்லாம் கடந்து வருகிறது. அதுப் போல உண்மையின் குழந்தை தோல்விகளால் துவளாமல், தடைகளைப் படிகளாக்கி, நல்எண்ணங்களில்; நற்செயல்களில்; தன்னை ஈடுபடுத்திக் கொள்ளட்டும். அறநெறிகளைப் பின்பற்றுவதில் அவன் வெற்றி பெறபெற அவன் மனதில் மெய்யறிவு மலரும். அந்த அறிவின் துணையில் அவன் பாதுகாப்பாக இளைப்பாறுவான்.

சே.அருணாசலம்

5. உயர் வாழ்விற்கான முதற்படிகள்

அறநெறிப் பாதையில் செல்ல வேண்டும் என்கிற உணர்வானது மெய்ஞானம், மெய்யறிவு பிறந்ததால் ஏற்படுகின்றது. அனைத்தையும் தழுவி நிற்கும் பேருண்மையின் கோட்பாடுகளை உணர்வதற்கு முன் பல தொடக்க நிலை பாடங்களில் தேர்ச்சி பெற வேண்டும். எனவே, மெய்மையின் மாணவன் தன் பயணத்தை எவ்வாறு தொடங்க வேண்டும்?

வாழ்வைத் தொடும் எல்லா விஷயங்களுக்கும் ஆதாரம் உள்ளத்தின் கருவுலமே-அங்குள்ள ஊற்று கண்ணிலிருந்து தான் வாழ்வு சுரக்கின்றது. எனவே மனதைச் சரிப்படுத்திக் கொள்ள இதயத்தை பரிசுத்தமாக்கிக் கொள்ள விரும்புபவன் ;- அறநெறிப் பாடங்களை எவ்வாறு கற்றுக் கொள்வான்? வாழ்வின் அறியாமை மற்றும் சீர்க்கேடுகளை அவன் எவ்வாறு அகற்றிக் கொள்வான்? எவ்வாறு மெய்யறிவைத் தன்னுள் வளர்த்துக் கொள்வான்? அதற்கான ஆரம்பப் பாடங்கள், முதற்படிகள் என்ன? அவை எவ்வாறு கற்கப்படுகின்றன? அவை எவ்வாறு நடைமுறை படுத்தப்படுகின்றன? அவற்றில் வல்லமையும் புரிதலும் எவ்வாறு எட்டப்படுகின்றன?

அந்தப் முதல் பாடம் எது என்றால் தவறான மனநிலைகளைக் கடந்து வருவது தான். அந்தத் தவறான மனநிலைகள், ஆன்மீக வளர்ச்சிக்கு மட்டுமல்ல தினசரி வாழ்விற்கும் சமூக வாழ்விற்கும் கூட பெரும் தடைகற்களாக இருக்கின்றன. ஆனால், சிறிது முயற்சி செய்தால் அவை எளிதில் நீங்கி விடக் கூடியவைகளே. படித்து உணர்வதற்கு எளிதாக இருக்கும் பொருட்டு உண்மைக்கு அழைத்துச் செல்லும் பாதை பத்து படிகளாகப் பிரிக்கப்பட்டு அந்தப் பத்து படிகளும் மூன்று பாடங்களாக வகைப் படுத்தப்படுகிறது. நீக்கப்பட வேண்டிய, கடந்து வரப்பட வேண்டிய உடம்பின் தீய ஒழுக்கங்கள்

(முதற் பாடம் : உடம்பை ஒழுங்குப்படுத்துவது)

முதல் படி: சுறுசுறுப்பின்மை, சோம்பல் அல்லது அலட்சியப்போக்கு மற்றும் கவனக்குறைவு

இரண்டாவது படி: அளவற்ற நுகர்வுத்தன்மை அல்லது உணவு விஷயத்தில் நாவின் ருசியை ஈடேற்றிக் கொண்டெ இருப்பது

இரண்டாம் பாடம் : நாவடக்கம்(நீக்கப்பட வேண்டிய, கடந்து வரப்பட வேண்டிய நாவின் தீய ஒழுக்கங்கள்)

மூண்றாவது படி: புறம் பேசுவது

நான்காவது படி: புரளிகளைப் பரப்புவது, வீண் பேச்சு.

ஐந்தாவது படி: புண்படுத்தக் கூடிய, மனம் நோகக் கூடிய வார்த்தைகளைக் கூறுவது, அன்பற்ற இரக்கமற்ற வார்த்தைகளைக் கூறுவது.

ஆறாவது படி: பொறுப்பற்ற, தரக்குறைவான, அவமரியாதை, அவமதிக்கும் பேச்சுகள்.

ஏழாவது படி: வீண்பழி சுமத்துவது, குற்றங் குறைகளை மிகை படுத்திப் பேசுவது.

முன்றாவது பாடம்: மனப்பான்மைகளை ஒழுங்குப் படுத்திக் கொள்வது.

எட்டாவது படி: தன்நலம் கருதாமல் கடமையை நிறைவேற்றுவது

ஒன்பதாவது படி: நியாயம் தவறாமை, நேர்மை

பத்தாவது படி: அளவற்ற மன்னிக்கும் தன்மை

உடம்பின் இரண்டு குற்றங்கள், நாவின் ஐந்து குற்றங்கள் என்று கூறப்பட்டுள்ளதற்குக் காரணம் அக்குற்றங்கள் உடம்பின் வாயிலாகவும் நாவின் வாயிலாகவும் வெளிப்படுவது தான். அவ்வாறு உறுதியாக வகைப்படுத்துவதால், வாசகனின் மனம் அதை இனம் கண்டு கொள்ள முடியும். ஆனால் தெளிவாக புரிந்து கொள்ள வேண்டியது இந்த குற்றங்களிற்கான காரணங்கள் உள்ளத்திலும், மனதிலுமே இருக்கின்றன. அவை உடலாலும் நாவாலும் வெளிப்பட்டு இருக்கின்றன.

இவ்வகையான குற்றங்கள் நிலவுவது எதைக் குறிக்கின்றது என்றால் வாழ்வின் உண்மையான அர்த்தம் மற்றும் நோக்கம் பற்றிய மெய்யறிவின்மையைக் காட்டுகின்றது. மெய்யறிவுடன், அறநெறிகளுடன் கூடிய வாழ்வை உறுதியுடன் வாழ்வதன் ஆரம்பம் இந்த வகைக் குற்றங்களை களைந்து எறிவதே.

ஆனால் இந்த வகைக் குற்றங்களிலிருந்து மீண்டு வருவது எப்படி? இந்த வகைக் குற்றங்களைக் களைந்து எறிவது எப்படி? முதலில் அந்தக் குற்றமானது வெளிப்படும் அந்தக் கனமே அதைக்

கவனித்து உடனே அதைக் கட்டுப்படுத்தி அடக்கி ஆள வேண்டும். இந்தச் செயலானது மனதை விழிப்புணர்வில் செயல்பட தன்னைத் தானே உற்று நோக்க ஒரு தூண்டுதலாய் இருக்கும். இது திரும்ப திரும்ப நிகழும் பொழுது மனம் தன்னுள் காணப்படும் அந்த இருண்ட கறை படிந்த, தவறான தன் மனநிலையிலிருந்து மெல்ல எழும் கொடிய குற்றத்தைக் குறித்து உணரும். பின்பு முழுவதுமாக அதிலிருந்து விடுப்பட்டு விடும்.

மனதைச் சீர்ப்படுத்துவதன் முதல்படி சோம்பலை, கவனக்குறைவை நீக்குவது தான். இது தான் மிகவும் சுலபமான படி. இதை முழுமையாகக் கடக்கவில்லை என்றால் மற்ற படிகளைக் கடக்க முடியாது. சோம்பலுடன் ஒட்டிக்கொண்டு இருப்பது உண்மையின் பாதைக்குள் செல்ல முழுத் தடையாக இருக்கும். எவை எல்லாம் சோம்பல் என்றால் உடம்பிற்குத் தேவையானதை விட அதிகமாக ஓய்வையும் தூக்கத்தையும் வழங்குவது, காலம் தாழ்த்துவது, உடனுக்குடன் கவனிக்க வேண்டியவைகளைக் கவனிக்காமல் அலட்சியப்படுத்துவது போன்றவை ஆகும்.

உடம்பானது தன் களைப்பு நீங்கி புத்துணர்வு பெறுவதற்கு உரிய அளவு தூக்கத்தை மட்டுமே அதற்கு வழங்கி சோம்பலை முறித்து

உள்ளத்திலிருந்தே வாழ்வு

அதிகாலையிலேயே எழ வேண்டும். பின்பு ஒவ்வொரு பணியையும் ஒவ்வொரு கடமையையும் காலம் தாழ்த்தாமல் திறம்பட, சுறுசுறுப்பாக, அது எவ்வளவு சிறியதாக இருந்தாலும் அவை அடுத்து அடுத்து வரவர அவற்றை செய்து விட வேண்டும்.

எந்தக் காரணத்தைக் கொண்டும் உணவையும் நீர்பானங்களையும் படுக்கையில் உட்கொள்ளக் கூடாது. தூக்கம் களைந்தப் பின்னும் படுக்கையிலேயே படுத்து இருந்து சோம்பியவாறு பகற்கனவு காணும் பழக்கம் மனவுறுதிக்கு, மனத்தூய்மைக்கு, சட்டென்று முடிவு எடுக்கும் திறமைக்கு எல்லாம் இடையூறு செய்து விடும். அந்தப் படுத்த நிலையில் ஒருவன் சிந்தித்துக் கொண்டு இருக்கக் கூடாது. வலிமையான, தூய்மையான, உண்மையான எண்ணங்கள் அந்த நிலையில் உதயமாவது மிக அரிது. மனிதன் படுக்கைக்கு தூங்க செல்ல வேண்டும், யோசிப்பதற்காகவோ அல்லது சிந்திப்பதற்காகவோ அல்ல. பின் எழுந்து தன் பணியைக் குறித்து ஆலோசிககட்டும், படுக்கையில் படுத்தவாறு அல்ல.

அடுத்து கடந்து வரவேண்டிய ஒன்று உணவின் மீது உள்ள அளவுக்கு அதிகமான ஆசையை. உணவின் உண்மையான பயன்பாடு மற்றும் நோக்கம் என்பதைக் குறித்து அறியாமல் நாவின் சுவை

அரும்புகளை ஈடேற்றிக் கொள்ள அலைபவன் உணவுக்கு அடிமையானவன் ஆவான். உடம்பின் தேவையை மீறி வகை, வகையான உணவு ருசியை எப்பொழுதும் தேடித் தேடி உண்பவன் உணவிற்கு அடிமையானவன் என்று தன்னைத் தானே பறை சாற்றிக் கொள்கிறான்.

உண்ணும் உணவின் அளவைக் குறைத்துக் கொள்வது, ஒரே நாளில் பல முறை உண்பதைத் தவிர்ப்பது, கிடைக்கும் எளிய உணவுகளில் திருப்தி அடைவது என்று வாழ்ந்தால் உணவின் மீது கொண்ட இந்தக் கட்டுப்பாடற்ற ஆசைகளைக் கடந்து வர முடியும். உண்பதற்கு என்று குறிப்பிட்ட நேரத்தை ஒதுக்கி மற்ற நேரங்களில் உண்பதைத் தவிர்க்க வேண்டும். இரவு உணவை முற்றிலுமாகக் கூட கைவிடலாம், காரணம் -அது பெரும் தூக்கத்தை வழங்கி மனதை மந்தமாக்கவும் செய்வதால்.

இந்த ஒழுக்க முறையைப் புகுத்துவதால் கட்டுப்பாடின்றி இருந்த உணவின் மீது கொண்ட ஆர்வம் விரைவாக ஒரு கட்டுக்குள் வந்துவிடுகிறது. அளவற்ற நுகர்வுத்தன்மை என்னும் கறை நீங்கிய தூய்மை அடைந்த அந்த மனம் தன்னுடைய இயல்பான உள்உணர்வால் சரியான உணவைத் தேர்ந்து எடுத்துவிடும்.

மனதில் கொள்ள வேண்டிய முக்கிய விஷயம் உள்ளத்தில் மாற்றம் நிகழ வேண்டும் என்பதே. உள்ளத்தில் மாற்றங்கள் நிகழாமல் உணவு முறைகளில் மட்டும் மாற்றங்களை ஏற்படுத்துவது வீண் வேலையாகும். ருசிக்காகவே உண்பதால் ஒருவன் பெருந்தீனிக்காரன் ஆகிறான். இது போன்ற சுகபோகங்களிலிருந்து உள்ளம் விடுபட்டுத் தூய்மை அடையட்டும்.

உடம்பை வளர்த்தேன் உயிர் வளர்த்தேன் என்பது போல உடம்பை நல்வழிப்படுத்திக் கட்டுக்குள் வைத்து இருப்பது, முடிக்க வேண்டிய பணிகளை, கடமைகளை முடிக்க வேண்டிய நேரத்திற்குள் காலத் தாமதம் என்ற பேச்சிற்கே இடமின்றி விரைவாக முழுமையாக

முடிப்பது, அதிகாலையில் விழித்து எழுவது மகிழ்ச்சி அளிக்கும் ஒன்றாக விளங்குவது, ஆடம்பரமின்மை, எளிமை, மிதமாக நடுநிலையாக செயல்படுவது, இச்சைகளுக்கு எல்லாம் விடைகொடுப்பது, உணவு எவ்வளவு எளிய உணவாக இருந்தாலும் திருப்தியுடன் ஏற்றுக் கொள்வது, சுக போக ஆசைகளுக்காக ஏங்கி தவிக்காமல் இருப்பது – இவற்றை எல்லாம் ஒருவன் செய்தால் அவன் உயரிய வாழ்விற்கான முதல் இரண்டு படிகளை கடந்து விட்டான். உண்மைக்கு அழைத்து செல்லும் முக்கியமான முதல் பாடத்தைப் படித்துவிட்டான். சுயகட்டுப்பாடுடன் கூடிய நன்நெறி வாழ்வை

வாழ்வதற்கான உறுதியான அடித்தளம் அவன் உள்ளத்தில் அமைக்கப்பட்டுவிட்டது.

இதற்கு அடுத்த பாடம் நற்பண்புகளுடன் பேசுவது ஆகும். இந்தப் பாடத்திற்குள் ஐந்து உட்பிரிவுகள் வகைப் படுத்தப்பட்டுள்ளன. இதில் முதலாவது உட்பிரிவானது புறங்கூறுதல் என்னும் தீயொழுக்கத்தைக் கைவிடுவதாகும். புறங்கூறுதல் என்பது – பிறரைப் பற்றி இல்லாததையும் பொல்லாததையும் கூறுவது, அவதூறுச் செய்திகளைப் பல வடிவங்களில் பரப்புவது, மற்றவர்களது குற்றங் குறைகளை மிகைப்படுத்தி எடுத்துரைப்பது, அந்த இடத்தில் இல்லாதவர்களைப் பற்றி தரக்குறைவாகப் பேசுவது. பிறரை எண்ணிப் பார்க்காத தன்மை, கொடூரக்குணம், உண்மையற்ற தன்மை, பாசாங்கு, நடிப்பு போன்றவைகள் ஒவ்வொரு புறம் கூறும் செயலிலும் புகுந்து விடுகின்றன.

உயரிய வாழ்வை வாழ விரும்புபவன் புறங்கூறுதல் என்று முத்திரையிடப்படும் எந்த வகையான கொடிய வார்த்தையும் தன் உதட்டிலிருந்து வெளிப்படாமல் இருப்பதில் விழிப்புடனும் கவனமுடனும் இருந்து அதைத் தடுத்து விடுவான். பின்பு, வெளிவராத அது போன்ற வார்த்தைகள் பிறப்பெடுப்பதற்கு காரணமான

தன் உள்ளத்தில் புதைந்து கிடந்த கொடிய எண்ணங்களைக் கண்டறிந்து நீக்குவான்.

தன்னை உற்று நோக்கியவாரே வாழ்ந்து பிறரைப் பற்றி அவதூறு கூறாமல்; பிறரது புகழை, நற்பெயரை கெடுக்காமல் தன்னை விழிப்புடன் பார்த்துக் கொள்வான்.

கொஞ்சம் காலம் முன்பு சிரித்து, கைகுலுக்கி, கட்டித் தழுவி பழகிய ஒருவரைப் பற்றி, அதுவும் பல நாட்கள் கடந்து செல்லாத நிலையில், அவரைப் பற்றி அவர் இல்லாது இருக்கும் போது அவரை கண்டிக்க மாட்டான், அவரைப் பற்றித் தரக் குறைவாக பேச மாட்டான், அவர் பெயருக்கு களங்கத்தை ஏற்படுத்த நினைக்க மாட்டான். புறங்கூறுதலிலிருந்து விடுப்பட்டவன், ஒருவன் முகத்திற்கு முன்பு கூற முடியாத வார்த்தைகளை அவன் இல்லாது இருக்கும் போது யாரிடமும் கூற மாட்டான். இவ்வாறு புறங்கூறுதலுக்குக்

காரணமான தன் மனதின் சீர் கெட்ட எண்ணங்களைக் களைந்து எறிந்து வாழ்ந்து மற்றவர்களது குணங்களைப் புனிதமானதாகவே, உயர்வானதாகவே கருதும் மனப்பான்மையை இறுதியில் பெறுவான்.

இந்தப் பாடத்தின் இரண்டாம் உட்பிரிவு பயனில சொல்லாமையாகும். வீண்பேச்சைத் தவிர்ப்பது

ஆகும். வீண்பேச்சு என்பது அடுத்தவர்களது தனிப்பட்ட, சொந்த விஷயங்களைப் பேசுவது; நேரத்தைக் கடத்துவதற்காக ஏதாவது ஒன்றைப் பேசுவது, தேவையற்ற வீண் விவாதங்களில் ஈடுபடுவது ஆகும். நாவடக்கம் இல்லாத இந்த நிலை மனதின் ஒழுங்கின்மையைக் காட்டுகிறது.

அறநெறிகளைப் போற்றுபவன் தன் மனதைக் கட்டுப்படுத்தி நாவை அடக்க வேண்டும் என்று அறிந்திருப்பான். வீணாகவும் முட்டாள்தனமாகவும் தன் நாவை அவன் பயன்படுத்தமாட்டான். தன் பேச்சு வலிமை நிறைந்ததாக, பரிசுத்தமானதாக இருக்கும் படி பார்த்துக் கொள்வான்; பேசினால் பயனுள்ளதாகப் பேசுவான் இல்லை என்றால் மவுனமாக அமைதியாக இருந்து விடுவான்.

புண்படுத்தக் கூடிய இரக்கமற்ற வார்த்தைகளைத் தவிர்ப்பதே அடுத்த படியாகும். பிறர் மீது பழியையும் குற்றங்களையும் சுமத்துகிறவன் நேர்வழியின் பாதையிலிருந்து திசைமாறி சென்று விட்டான். பிறரை எள்ளி நகையாடும் வார்த்தைகளையும் கடும் வார்த்தைகளையும் அம்பு போல எறிவது என்பது முட்டாள்தனத்தில் ஊறிக் கிடப்பது ஆகும். பிறர் மீது பழிதூற்ற, பிறரைக் கண்டிக்கும், பிறரை நிந்திக்கும் வார்த்தைகளைக் கொட்டி விட துடிக்கும் ஒருவன் தன் நாவை

கட்டுப்படுத்தி தனக்குள் உற்று நோக்கிக் காணட்டும். உயர் வாழ்வை விரும்புபவன் புண்படுத்தும் வார்த்தைகளையும் சண்டை சச்சரவுகளை வளர்க்கும் வார்த்தைகளையும் பயன்படுத்த மாட்டான். அவனது வார்த்தைகள் எப்போதும் பயனுள்ளதாக, தேவையானதாக, களங்கமற்றதாக, உண்மையானதாக இருக்கும்.

பொறுப்பற்ற பேச்சுகளை, மரியாதை குறைவான வார்த்தைகளைக் கைவிடுவதே ஆறாவது படியாகும். மேலோட்டமாக, கிண்டலாக பேசுவது, ஒருவர் மனம் நோகக்கூடிய நகைச்சுவைகளை மீண்டும் மீண்டும் உரைப்பது, ஒரு போலியான கனநேர சிரிப்பலையை உருவாக்கும் என்பதைத் தவிர வேறு எந்தப் பயனுமற்ற ஆபாசக் கதைகளை உரைப்பது, ஆணவ அகங்காரத்தோடு பேசுவது, பிறரிடம் மரியாதை இல்லாமல் பேசுவது, பிறருக்கு மதிப்பு வழங்காமல் பேசுவது (அதிலும் குறிப்பாக அவர்கள் தன்னை விட வயதில் பெரியவர்களாக இருக்கும் ஆசிரியர்கள், பெற்றோர்கள், நன்மதிப்புமிக்கவர்கள்) போன்ற இவையனைத்தும் உண்மையை விரும்புபவனாலும் அறநெறியை விரும்புபவனாலும் கைவிடப்படும்.

கண நேர சிரிப்பலையைத் தோற்றுவிப்பதற்க்காக உடனில்லாத நண்பனைப் பற்றி பேசும் அற்பமான வார்த்தைகள் வாழ்வின் புனிதத்தை

கேள்விக்குறியாக்கி விடுகின்றன. மதிப்பும் மரியாதையும் உரியவர்களுக்குத் தரப்படாமல் இருக்கும் போது அறநெறிகள் வந்து அடைவதற்கான வழியும் தடுக்கப்படும். பேச்சிலும், நடத்தையிலும் பொறுப்பும், பணிவும், கண்ணியமும் நீங்கியிருந்தால் உண்மையும் விலகி இருக்கும். உண்மை புகுவதற்க்கான வாசற் கதவு மறைக்கப்பட்டு, மறக்கப்பட்டு விடும்.

தரக்குறைவான வார்த்தைகள் இளம் வயதினரிடம் இருந்து வெளிப்பட்டாலே வருத்தப்பட வைக்கின்றது என்னும் போது அது போன்ற வார்த்தைகள் முதியவர்களிடமிருந்தோ ஆசிரியர்கள், மதபோதகர்கள் போன்றவர்களிடம் இருந்தோ வெளிப்பட்டால் அது வெட்கித் தலைகுனிய வேண்டிய ஒன்றாகி விடும். அவற்றை முன்மாதிரியாகவோ உதாரணமாகவோ எடுத்துக் கொண்டு பலரும் பின்பற்றத் தொடங்கினால் கண்பார்வையற்றவர்களை இன்னொரு கண்பார்வையற்றவன் வழிநடத்திச் செல்வது போல பலரும் வழிதவறி சென்று விடுவார்கள்.

நற்பண்புள்ளவன் பேச்சில் உளப்பூர்வமான மரியாதையையும் மதிப்பையும் வழங்குவான். அந்த இடத்தில் இல்லாத ஒருவரைப் பற்றி பேசும்போது, மறைந்தவர்களைப் பற்றி பேசுவதைப் போல

மென்மையாக, புனிதவுணர்வோடு பேசுவான். உள்ளத்தில் ஒன்றை எண்ணாமல் அது பற்றி பேசமாட்டான். மேலோட்டமான வார்த்தைகளையும், மலிவான வார்த்தைகளையும் பேசுவதற்கு ஏற்படும் இச்சைகளுக்கு இணங்கி தன் கண்ணியத்தை அவன் இழந்து விடமாட்டான். அவனது நகைச்சுவை களங்கமற்றதாக, தீங்கற்றதாக இருக்கும். அவனது குரலில் ஒரு கனிவான ஓசை கலந்திருக்கும். தன்னை உண்மைக்கு மாணவனாக ஒப்படைத்துவிட்ட காரணத்தினால் அவனது இதயம் இனிமையாலும் அருளாலும் நிறைந்து விளங்கும்.

இரண்டாவது பாடத்தின் கடைசி படி குற்றங் குறைகளைக் கண்டுபிடித்து விமர்சித்துக் கொண்டே இருப்பதிலிருந்து விடுபடுவதாகும். கண்ணில் படும் சிறுசிறு தவறுகளை எல்லாம் பல மடங்காகப் மிகைப்படுத்துவது, ஒரு பொருட்டாகக் கருத தேவையில்லாத விஷயத்திற்காக நீண்டநேரம் பேச்சில் ஈடுபடுவது, உறுதியற்ற அனுமானங்கள், ஆதாரங்கள், கருத்துகளின் அடிப்படையில் வீண் விவாதங்கள் செய்வது போன்றவைகள் இந்தக் குற்றத்தில் அடங்கும்.

வாழ்வு நீண்ட காலமல்ல, கொஞ்ச காலம் தான். வாழ்வு மாயை அல்ல, உண்மை தான். அந்தக் கொஞ்சக் காலத்தில் பாவங்களையும்,

துக்கங்களையும், வேதனைகளையும் பட்டியலிடுவதால், முணுமுணுத்து கொண்டிருப்பதால் அவைத் தீர்ந்து விடப்போவது இல்லை, பிறருடன் மறுத்து பேசுவதற்காகவும் முரண்படுவதற்காகவும் அவர்களிடம் இருந்து வெளி வரும் வார்த்தைகளைக் கூர்ந்து கவனித்தவாறு காத்துக் கொண்டு இருப்பவன் இன்னும் உயர்வாழ்விற்கான புனிதப்பாதையை அடையவில்லை. உண்மையிடம் சரணடையவில்லை. எவன் ஒருவன் தன்னுடைய வார்த்தைகளை, அவை மென்மையாகவும், தூய்மையானதாகவும் இருப்பதன் பொருட்டு கூர்ந்து கவனிக்கின்றானோ அவன் உயர்வாழ்விற்கான வழியை கண்டறிவான். உண்மையான வாழ்வை வாழ்வான். அவன் தன்னுடைய ஆற்றல்களை வீணாக்காமல் சேகரித்துக் கொள்வான். அவனது மனம், கவனம் சிதறாது பதட்டமின்றி இருக்கும். உண்மையின் ஆன்மசக்தி அவனுள் நிறைந்து இருக்கும்.

நாவானது அடங்கி, தறிக்கெட்டுச் செயல்படாமல் கட்டுப்பாட்டுடன் செயல்பட்டால்; சுயநல உந்துதல்களும் கீழ்தர எண்ணங்களும் உச்சரிக்கப்படுவதற்கு முன் மறைந்துவிட்டால்; பேச்சானது தீங்கற்றதாக, பரிசுத்தமானதாக, மென்மையாக, கனிவாக, பயனுள்ளதாக; வெளிப்படும் ஒவ்வொரு வார்ததையும் உள்ளத்திலிருந்து உண்மையாக வெளிப்பட்டால்; நாவடக்கத்தின் ஐந்துபடிகளும் கடந்து ஆகி விட்டது

உள்ளத்திலிருந்தே வாழ்வு

என்று கொள்ளலாம். உண்மையின் இரண்டாவது முக்கிய பாடமும் உள்ளத்தில் பதிந்துவிட்டது.

உடம்பிற்கு ஏன் இந்த அளவிற்கு கடுமையான கட்டளைகளை இட வேண்டும்? நாவிற்கு ஏன் இவ்வளவு கட்டுப்பாடுகள் விதிக்க வேண்டும்? இந்த அளவிற்கு விழிப்புணர்வும், இடைவிடாத முயற்சியும் அயராத உழைப்பும் இன்றி உயர்வாழ்வை உணரமுடியாதா? என்று இப்பொழுது எவரேனும் கேட்டால்-, இல்லை, அது முடியாது. பொருள் உலகில் ஒன்றை அடைவதற்கு எப்படி உழைப்புத் தேவையோ அது போலத் தான் ஆன்ம உலகிலும் ஒன்றை அடைவதற்கு உழைப்புத் தேவை. சிறியவற்றை கடைபிடிக்காமல் பெரியவற்றை அறிந்து கொள்ளும் தகுதியைப் பெற முடியாது.

சுத்தியலைக் கொண்டு ஒழுங்காக ஒரு ஆணியை அடிக்கக் கற்றுக் கொள்வதற்கு முன்பாகவே ஒருவனால் ஒரு மேசையை செய்ய முடியுமா? உடம்பின் அடிமைத் தனத்திலிருந்து மீள்வதற்கு முன்பாகவே ஒருவனால் உண்மைக்கு ஏற்றவாறு தன் மனதை எவ்வாறு பக்குவப்படுத்திக் கொள்ள முடியும்?

எப்படி அரிச்சுவடியையும் சிறுசிறு வார்த்தைகளையும் அறிந்து கொள்வதற்கு முன்பாகவே ஒரு மொழியின் நுனுக்கமான நுட்பங்களை கற்று கொள்ள முடியாதோ, அது போல நல்லொழுக்கங்களைப் போற்றி கடைபிடிப்பதற்கு முன்பாகவே மனதின் ஆழமான நுட்பமான தன்மைகளைப் புரிந்து மன மாசுகளை அகற்ற முடியாது

தான் விரும்பியத் தொழிலைப் பயில்வதற்குக் கிடைத்த பல ஆண்டு பயிற்சி காலத்தை எண்ணி மகிழும் இளைஞன் எவ்வளவு கடினமான பணி என்றாலும் விலகி ஓடாமல் முழு மனதோடு கீழ் படிந்து நிறைவேற்றவில்லையா? ஒவ்வொரு நாளும் தன் ஆசான் வழங்கும் வழிக்காட்டுதல்களின் எல்லா நுணுக்கங்களையும் ஏற்று, அந்தத் தொழிலுக்குத் தேவையான ஒழுக்க முறைகளில் தன்னைத் தயார்படுத்திக் கொண்டு நம்பிக்கையுடன் தன் காலத்திற்குக் காத்திருப்பது இல்லையா?

இசையிலோ, ஓவியத்திலோ, இலக்கியத்திலோ, ஏதாவது தொழிலிலோ, வியாபாரத்திலோ அல்லது தேர்ந்து எடுத்த வேறு எந்தத் துறையிலோ; சிறந்து விளங்க வேண்டும், ஆனால் அதில் தன்னை முழுமையாக ஈடுபடுத்திகொண்டு உழைப்பது தேவையற்றது என்று எண்ணும் மனிதன் இருக்கின்றானா? இல்லையே. அப்படி என்றால்

எல்லாவற்றையும் விட மிக உயர்ந்த உண்மையின் பாதையில் செல்ல எந்த அளவு முழுமனதோடு உழைப்பில் ஈடுபட வேண்டும்?

எவன் ஒருவன் "இங்குச் சுட்டிக் காட்டப்பட்டுள்ள இந்தப் பாதை மிக கடினமாக இருக்கிறது. நான் உண்மையை எளிதாக அடைய வேண்டும். சுலபமாக மீள வேண்டும்" என்று கூறுகிறானோ அவன் தன்னுடைய சுயநல எண்ணங்கள் ஏற்படுத்திய மனகுழப்பங்களிலும் துன்பங்களிலும் சிக்கித் தவிப்பான். வலிமையான அரண்களால் பாதுகாக்கப்பட்டுள்ள சலனமற்ற மனதை, சீரிய ஒழுங்குடன் கூடிய வாழ்வை அவன் அறியமாட்டான். அவன் தேடுவது சுகபோகங்களைத் தான், உண்மையை அல்ல.

தன் உள்ளத்தின் அடி ஆழத்தில் இருந்து உண்மையை வணங்குபவன், ஆராதிப்பவன், போற்றுபவன் அந்த உண்மையின் வழியை அடைய எந்த அளவிலான உழைப்பும் மிக அதிகமானது என்று எண்ண மாட்டான். அந்த உழைப்பில் முழுமையாக மகிழ்ச்சியாக பொறுமையாக தன்னை ஈடுபடுத்திக் கொள்வான். மனம் சளைக்காமல் தொடர்ந்து உழைப்பதால் உண்மையின் வழிக்காட்டுதலை அவன் பெறுவான்.

உடம்பாலும் நாவாலும் வெளிப்படும் இந்த குற்றங்கள் உள்ளத்தில் மறைந்துள்ள தவறான மூலகாரணங்களைக் சுட்டிக்காட்டுகின்றன என்று என்னும் போது (உடம்மைபயும் நாவையும் ஒழுங்குப்படுத்தும்) இந்த ஆரம்பப் பாடங்களின் முக்கியத்துவத்தை உணர்ந்து கொள்ள முடியும். சோம்பித் திரியும் உடம்பானது சோம்பி இருக்கும் மனதின் வெளிப்பாடு. கட்டுப்பாடற்ற நாவனது கட்டுப்பாடற்ற மனதைக் காட்டுகிறது. உள்ளத்தை திருத்துவதே உடம்பின், நாவின் குற்றங்களை திருத்துவதற்கான நேர்வழி.

மேலும், உடம்பின், நாவின் தீங்குகள் வெளிப்படுவதற்கு முன் அவற்றை முளையிலே கிள்ளி எறிவது என்பது என்பது இந்த வழி முறையில் ஒரு சிறுபாகமே. தீமை ஒன்றிற்கான கதவை அடைத்தால், நன்மை ஒன்றிற்கான கதவு தானாகவே திறந்துகொள்ளும். ஒருவன் சோம்பலையும் தன்நுகர்வையும் (பிறரைப் பற்றி நினைத்துப் பார்க்காமல்--தேவைக்கு மீறி பொருட்கள் வாங்கி அனுபவிப்பது, அளவுக்கு அதிகமாக இன்ப கேளிக்கையில் ஈடுபடுவது, தன் முக்கியத்துவத்தை எப்போதும் எதிர்ப்பார்த்திருப்பது) விட்டு ஒழிக்கும் போது அவன் உண்மையில் சுயக்கட்டுப்பாட்டை, ஆராவாரமற்ற சாந்தமான மனதை, நேரம் தவறாமை என பல நல்ல குணங்களை வளர்த்துக் கொள்கிறான். தான், தனது என்கின்ற முக்கியத்துவத்தைத் துறந்து

பரந்த மனதைப் பெறுகிறான். உயர்வான பணிகளை வெற்றிகரமாகச் செய்வதற்குத் தேவைப்படும் சக்தியையும், ஆற்றலையும், உறுதியையும் பெறுகிறான். நாவின் தீங்குகளிலிருந்து விடுபடும் போது அவனிடம் வாய்மை, நேர்மை, தாழ்மையுணர்வு, அன்பு, இரக்கம், தன்னடக்கம் போன்றவைகள் அவனுள் வளர்கின்றன. உறுதியான மனதோடு தன் குறிக்கோளை நிர்ணயித்து கொள்கிறான். இவை எல்லாம் இல்லாமல் மனதின் ஆழத்தில் புதைந்து இருக்கும் எளிதில் வெளிவராத, புலப்படாத குறைகளைத் தீர்க்க முடியாது. உயர்வாழ்வை, மெய்நிலையை அடைய முடியாது.

அவன் சரியானவைகளைக் கற்றபடி தொடர்ந்து செய்வதால், அவனது அறிவு கூர்மையாகிறது, உள்ளுணர்வு வளர்கின்றது. பாடத்தைக் கற்றுத் தேர்ந்த பின் பள்ளிக் குழந்தைக்கு ஏற்படும் பெரு மகிழ்ச்சியைப் போல், உண்மையைத் தேடுபவன் ஒவ்வொரு படி வெற்றியிலும் அனுபவிக்கும் பேருவகையை, இன்பத்தை- மனக்கிளர்ச்சியை தேடுபவன் ஒரு காலும் அறியமாட்டான்.

இப்பொழுது உயர்வாழ்விற்கான முன்றாவது பாடத்திற்கு வந்து இருக்கிறோம். கீழ் காணும் மூன்று முக்கிய அடிப்படை நற்பண்புகளைச் தினசரி

வாழ்வில் கடைபிடித்து அவற்றில் சிறந்து விளங்குவதே

மூன்றாவது பாடமாகும்.

1.தன்நலம் கருதாமல் கடமையை நிறைவேற்றுவது

2.நியாயம் தவறாமை(நேர்மையான உள்ளம் கொண்டிருப்பது)

3.அளவற்ற மன்னிக்கும் தன்மை

உள்ளத்தின் மேற்பரப்பில் ஆர்பரித்துக் கொண்டிருந்த எண்ண அலைகள் முதலிரண்டு பாடங்களை உள்ளத்தில் பதித்து பயின்றதன் விளைவாக அடங்கி விட, உள்ளத்தின் அடி ஆழத்தில் புதைந்து கிடக்கும்

ரகசிய எண்ணங்களை, உள்நோக்கங்களை அறிந்து சுத்தப்படுத்தும் இன்னும் கடினமான பணிக்கு;- மெய்யறிவைப் பெற வேண்டும், அறநெறிகளை வாழ்ந்து காட்டவேண்டும் என்னும் விருப்பம் கொண்டவனது உள்ளம் தயாராகியிருக்கும்.

கடமையைச் சரிவர நிறைவேற்றாமல் உயர்வான அறநெறிகளை அறிய முடியாது, உண்மையை உணர முடியாது. பொதுவாக கடமை என்பது விருப்பமற்ற ஒன்றாக, கடனிற்கு செய்தாக வேண்டிய ஒன்றாக, கட்டாயத்தின் பெயரில் செய்யப்பட வேண்டிய ஒன்றாக கருதப்படுகிறது. அதிலிருந்து தப்புவதற்கு ஏதாவது வழி இருந்தால் தப்பி விடவேண்டும் என்று நினைக்கப்படுகிறது. சுயநலம் கொண்ட மனதிலிருந்தே கடமையைக் குறித்து இவ்வகையான மனப்பான்மை புறப்படுகின்றன. இவ்வாறாகக் கடமையைக் கருதுவது வாழ்வைச் சரிவர புரிந்து கொள்ளாததைக் காட்டுகின்றது. எல்லா கடமைகளையும் புனிதமாகக் கருதி நம்பிக்கைக்கு உரியவாறு நேர்மையுடன் தன்னலம் கருதாமல் நிறைவேற்றுவது நல்லொழுக்கத்தின் உயர்வான ஒரு அறநெறியாகும். ஒருவன் தன் கடமையை நிறைவேற்றும் போது தனிப்பட்ட முக்கியத்துவத்தையும் சுயநல நோக்கங்களையும் கைவிடட்டும். அதை கைவிட்டபின் கடமை என்பது கசப்பான ஒன்றாக இருந்ததிலிருந்து இனிமையான ஒன்றாக மாறிவிடும். கடமையிலிருந்து ஒரு

சுயநலமான வசதியை, எதிர்ப்பார்ப்பை, கொண்டாட்டத்தை ஏங்கித் தவிப்பவனுக்குக் கடமை எப்போதும் கசக்கும். கடமையைக் குறித்து முனுமுனுப்பவன் தனக்குள் உற்று நோக்கட்டும், அந்த சலிப்பு கடமையினால் ஏற்பட்டதல்ல கடமையிலிருந்து தப்பிவிடவேண்டும் என்னும் சுயநல ஆசையினால் ஏற்பட்டது.

எவன் கடமையை(அது சிறியதோ பெரியதோ; பொது வாழ்வின் கடமையோ அல்லது தனிப்பட்ட, சொந்த வாழ்வின் கடமையோ) புறக்கணின்றானோ அவன் அறநெறிகளைப் புறக்கணிக்கின்றான். எவன் தன் இதயத்தில் கடமைக்கு இடமளிக்கவில்லையோ அவன் அறநெறிகளுக்கும் இடமளிக்கவில்லை. கடமையானது விருப்பமான ஒன்றாக இருந்து, ஒவ்வொரு கடமையும் சரியாக, பொறுப்புணர்வுடன், சுயநல உள்நோக்கங்கள் இல்லாமல் செய்யப்படும் போது உள்ளத்திலிருக்கும் நுட்பமான சுயநல உணர்வுகள் நீக்கப்பட்டிருக்கிறது. உண்மையை நோக்கி ஒரு மிகப் பெரிய அடி முன் எடுத்து வைக்கப்பட்டிருக்கிறது. அறநெறிகளை உள்ளத்தில் கடைபிடிப்பவன், அவனது கடமைகளைச் சரியாக நிறைவேற்றும் நோக்குடன் தனது மனதின் முழு கவனத்தையும் செலுத்தி அதில் ஈடுபடுவான். மற்றவர்களது கடமைகளில் தலையிடமாட்டான்.

உள்ளத்திலிருந்தே வாழ்வு

நேர்மையையும் நாணயத்தையும்; சிறிதளவும் விட்டுவிடாமல் கடைப்பிடிப்பது அல்லது தன் உளச்சான்று படி நடந்து கொள்வது தான் ஒன்பதாவது படி ஆகும். நேர்மை என்னும் இந்த பண்பு மனதில் ஆழ பதிந்து ஒருவனது வாழ்வின் ஒவ்வொரு சிறிய விஷயத்திலும் கூட ஊடுருவியவாறு இருக்கவேண்டும். எல்லா விதமான பொய்மை, ஏமாற்று, சூது வாது தந்திரம், பித்தலாட்டம் மோசடி, போன்றவை எல்லாம் மனதிலிருந்து தூக்கி எறியப்பட வேண்டும். நேர்மையற்ற ஒன்றின் சுவடு கூட இதயத்தில் காணப்படக் கூடாது. வஞ்சகமும் சூழ்ச்சியும் உள்ளத்தில் புக இயலாது இருக்க வேண்டும். நீதி, நியாயம் அல்லது நேர்மையிலிருந்து துளியளவு பிறழ்வது கூட அறநெறியிலிருந்து வழி தவறியது போல் ஆகிவிடும்.

உண்மை உள்ளவாறு உரைக்கப்பட வேண்டும். கூடுதலான அலங்கார வார்த்தைகளையும் மிகைப்படுத்துதலையும் உடன் இணைக்கக் கூடாது. பொய்யுரை, ஏமாற்றுகளில் (பொருட்படுத்தக் கூடிய அளவிற்கு இல்லாத அளவு அது எவ்வளவு சிறிய விஷயம் என்றாலும் கூட) ஈடுபடுவது அல்லது தற்பெருமைக்காகவோ அல்லது ஏதாவது ஒரு ஆதாயம் அடைய முடியும் என்ற எதிர்பார்ப்பிலோ பொய்யாக ஒன்றை உயர்த்தி கூறுவது போன்றவைகள் எல்லாம் கைவிடப்பட வேண்டும். அது இல்லாத ஒன்றை இருப்பதாக கருதும் மாயை

நிலையாகும். அறநெறியாளனிடம் வழுவாத நேர்மையை எண்ணம், சொல், செயல் என்ற மூன்றில் மட்டுமல்ல, அவன் எந்த விஷயத்தையும் கூட்டியும் குறைத்தும் சொல்லமாட்டான் என்றும் எதிர்பார்க்கப்படுகிறது.

இவ்வாறு மனதை நேர்மையின் கட்டளைகளிலும் வழிக்காட்டுதலிலும் வடிவமைத்துக் கொண்ட பின், மனிதர்களுடன் அவன் நடந்து கொள்கின்ற விதமும் சம்பவங்களை நிகழ்வுகளைச் சந்திக்கும் போது கடைப்பிடிக்கும் அனுகுமுறையும் பார்வையும் நியாயமாக, ஒருதலைசார்பு நிலையில் இல்லாமல் நடுநிலையாக, சொந்த விருப்பு வெறுப்பு, கோபம், முன்விரோதம் தவறான முன் அபிப்ராயம் போன்றவைகளைக் கடந்து இருக்கும். நேர்மை என்னும் அறநெறி முழுமையாகக் கடைபிடிக்கப்பட்டு உணர்ந்து கொள்ளப்படும்போது, பொய்யும் வஞ்சகமும் அறவே நீங்கி அந்த உள்ளம் மென்மேலும் பரிசுத்தமாகவும் கனிவாகவும் ஆகின்றது. மனம் உறுதியாகின்றது. அறிவு பரந்து விரிவடைகின்றது. வாழ்வு ஒரு புதிய சக்தியை, புதிய நோக்கத்தைப் பெறுகின்றது. இவ்வாறு ஒன்பதாவது படி எட்டப்படுகின்றது.

அளவற்ற மன்னிக்கும் தன்மையை கடைப்பிடிப்பதே பத்தாவது படியாகும். அளவற்ற மன்னிக்கும் தன்மை

என்பது வீண் ஆரவாரம், சுயநலம், தற்பெருமை போன்றவைகளின் காரணமாக நேர்ந்ததாகக் கருதப்படும் காயம் பட்ட உணர்விலிருந்து மீண்டு வருவதாகும்; எந்த எதிர்பார்ப்புமின்றி தாராள மனதையும் பரந்த உள்ளத்தையும் எல்லோருக்கும் வழங்குவதாகும்; பகை உணர்வு, பதில் தாக்குதல், பழிக்கு பழி;-இவை எல்லாம் மிகவும் தாழ்ந்தவை, அடிமட்டமானவை, அற்பமானவை, முட்டாள்தனமானவை. நெஞ்சில் குடியமர்த்திக் கொள்வதற்கோ அல்லது கவனத்தில் கொள்வதற்கோ கூட அவை தகுதியற்றவைகள். அவைகளை உள்ளத்தில் குடியமர்த்திக் கொண்டவன் அறிவை இழந்து வேதனையைத் தான் பெறுவான். வாழ்வை நல்வழியில் செலுத்த மாட்டான். அத்தீங்குகளால் இங்கும் அங்கும் அலைகழிக்கப்படாமல், அத்தீங்குகளைத் தூக்கி எறிபவனுக்கு மட்டுமே உண்மை வாழ்வின் வழியைக் காண்பதற்கான கண்கள் திறக்கும். மன்னிக்கும் தன்மையையும் தாராளமான பரந்த மனதையும் வளர்த்துக் கொள்ளும் போது தான் ஒருவன் நல்ஒழுங்குடன் கூடிய வாழ்வின் பேரழகையும் பெரும் ஆற்றலையும் உணர்ந்து கொள்ள முடியும்.

அறநெறிகளை உறுதியாகப் பற்றியவனது உள்ளத்தில், தான் மனதளவில் காயம் அடைந்து விட்டோமோ என்கிற உணர்வு ஏற்படுவது இல்லை. அவன் பதில் தாக்குதல்களை எல்லாம் கைவிட்டு

விட்டான். அவனுக்கு எதிரிகளும் கிடையாது. பிறர் அவனை எதிரியாகக் கருதினாலும், அவர்களது அறியாமை தான் அதற்குக் காரணம் என்று புரிந்து கொண்டு அவன் அவர்களை அன்புடனே கருதி அவர்களைக் குறை சொல்லாமல் இருப்பான்.

இந்தப் பேரன்பு நிலை உள்ளத்தில் நிலவும் போது, சுயநல உந்துதல்களிலிருந்து உள்ளத்தை ஒழுங்குப்படுத்தும் இந்தப் பத்துபடிகளில் பத்தாவது படியும் எட்டப்பட்டுவிட்டது. பேரறிவின், அறநெறிகளின் மூன்றாவது முக்கிய பாடமும் கற்று உணரப்பட்டுள்ளது.

நன்மையைச் செய்வதற்கும், நன்மையின் பாதையை அறிவதற்கும் இந்தப் பத்துபடிகள் மூன்றுபாடங்களாக அமைக்கப்பட்டுள்ளன. இவற்றிற்கு தயாரானவர்கள் தினசரி வாழ்வில் இவற்றைச் செயலாக்கவும் நடைமுறைபடுத்தவும் வேண்டும்.

உடம்பின் ஒழுக்கத்திலும், அதை விட நாவின் ஒழுக்கத்திலும், அறநெறிகளிலும் இன்னும் பல மடங்கு உயர்ந்த படிகள், ஆழமான பாடங்கள் இருக்கின்றன. அவற்றை எல்லாம் கடந்து உணரும் போது தான் பேரறிவையும் பேரானந்த நிலையையும் குறித்து ஓரளவு அறிய முடியும். ஆனால் இந்தப்

புத்தகத்தின் நோக்கம் அந்த அளவு ஆழமானவற்றை எடுத்து உரைப்பதல்ல. உயர்வாழ்விற்கு அழைத்துச் செல்லும் முதல் பாடங்கள், எளிய பாடங்கள் மட்டுமே இங்கே எடுத்து உரைக்கப்பட்டுள்ளது. ஆனால் இவற்றை, ஒருவன் முழுமையாகக் கற்று உணர்ந்தால், அவன் பெருமளவு களங்கமற்றவனாக, ஆற்றல்மிக்கவனாக, உள்ஒளிமிக்கவனாக மாறி இருப்பான். எதிர்க்காலத்தில் தொடர்ந்து செல்ல வேண்டிய திசையைக் குறித்து எந்த கலக்கமோ குழப்பமோ சந்தேகமோ அவனுக்கு இருக்காது.

இந்த மூன்று பாடங்களின் பத்து படிகளையும் கடந்தவர்கள், அப்பொழுதே உண்மையின் மிக உயர்ந்த சிகரங்களையும் அதற்கு அழைத்துச் செல்லும் குறுகிய வழியையும் கண்டிருப்பார்கள். அந்தச் சிகரங்களை நோக்கி பயணத்தை தொடர்வது குறித்து அவர்களே முடிவு செய்து கொள்வார்கள்.

இங்கே விவரிக்கப்பட்ட நேர் வழியை யார் வேண்டுமானாலும் தேர்ந்து எடுத்து அதன் படி சென்று தங்களுக்கு மட்டுமல்லாது உலகத்திற்கும் சேர்த்து நன்மையளிக்க முடியும். மெய்யறிவு, மெய்ஞானம் போன்றவைக் குறித்து எந்த நாட்டமும் இல்லாதவர்களும் இந்த வழியில் சென்று தங்களை சீர்படுத்திக் கொண்டு புத்திகூர்மையை, மனஉறுதியை, உள்உணர்வை, ஆழமான மன

அமைதியைப் பெறலாம். அவர்களது உள்ளம் மென்மையாகியுள்ள காரணத்தால் அவர்களது செல்வத்திற்குக் குறைவு ஏறபடும் என்பதெல்லாம் கிடையாது. இன்னும் சொல்ல வேண்டும் என்றால் அந்த செல்வமானது உண்மையானதாக, தூய்மையானதாக, அதிக நிலையானதாக மாறிவிடும். எவன் ஒருவன் தினசரி வாழ்வின் பலவீணங்களையும் தவறுகளையும் கைவிடுகிறானோ, தன் உடம்பையும், மனதையும் வலிமையாக ஆள்கிறானோ, துளியும் மனம் கலங்காது அறநெறி பாதையில் செல்கிறானோ அவனே வெற்றி பெறுவதற்கும் சாதனை புரிவதற்கும் தகுதியானவன் ஆவான்.

6. மனநிலைகளும் அதன் விளைவுகளும்

நல் வாழ்விற்கான மேலும் பல உயர்ந்த படிகளைக் குறித்து விரிவாக எடுத்துரைப்பது இந்த சிறிய நூலின் எல்லையைக் கடந்து இருக்கின்றது. எனினும் அவை சார்ந்த மனநிலைகள் பற்றி சில குறிப்புகள் இங்கே தரப்படுகின்றன. மனநிலைகளிலிருந்தே வாழ்வு எப்போதும் எழுகின்றது. தன் உள்ளத்தையும் மனதையும் உற்று நோக்கி காணும் ஆர்வம் கொண்டு முன்னேற துடிப்பவனுக்கு இந்த குறிப்புகள் பயனளிக்கும். அன்பும், ஞானமும், மனசாந்தமும் அவனுக்குப் பரிசாகக் கிடைக்கும்.

எல்லா பாவங்களும் அறியாமையே. அது வளர்ச்சியடையாத ஓர் இருண்ட நிலை. பள்ளிக்கூடத்தில் தன் பாடங்களை ஒழுங்காகக் கற்றுக் கொள்ளாத அறியாமையில் உள்ள மாணவனின் நிலையைப் போன்றது தான் வாழ்க்கை என்னும் பள்ளியில் தவறான எண்ணங்களை எண்ணுபவனும் தவறான செயல்களைச் செய்பவனது நிலையும். வாழ்வின் நீதிக்கு ஏற்ப எவ்வாறு

சரியானவற்றை எண்ணி செயல்பட வேண்டும் என்பதை இன்னும் அவர்கள் அறியவில்லை. பாடங்களைத் தவறாக செய்து கொண்டிருக்கும் வரை பள்ளி மாணவன் வாட்டத்திலே தான் இருப்பான். அது போல பாவங்களைச் செய்துக் கொண்டிருக்கும் வரை துக்கம் வாட்டுவதிலிருந்து தப்ப முடியாது.

வாழ்வு என்பது ஒன்றன் பின் ஒன்றாகத் தொடர்ந்து வரும் பாடங்களே. சிலர் அக்கறையுடன் அவற்றைப் படித்து அறியாமை அகற்றி தெளிவாக மகிழ்ச்சியாக வாழ்கிறார்கள். சிலர் அக்கறையின்றி அவற்றைப் படிக்காமல் அறியாமையில், குழப்பத்தில், துக்கத்தில் வாழ்கிறார்கள்.

ஒவ்வொரு விதமான துக்கமும் ஒரு தவறான மனநிலையிலிருந்து எழுகின்றது. மகிழ்ச்சி ஒரு சரியான மனநிலையில் குடிக்கொண்டு இருக்கின்றது. மனம் ஒன்றிசைந்து செயல்படுவதே மகிழ்ச்சி. மனம் ஒன்றிசையாமல் செயல்படுவதே துக்கம். ஒருவன் தவறான மனநிலைகளில் வாழும் போது தவறான வாழ்க்கையை வாழ்ந்து வேதனையில் தவிப்பான்.

துன்பம் தவறுகளில் வேரூன்றியுள்ளது. மகிழ்ச்சி மெய்யறிவில் குடிகொண்டு உள்ளது. ஒருவனது

மீட்பு என்பது அவன் தன் அறியாமையை, தவறுகளை,

சுய-மாயைகளை நீக்கிக் கொள்வதால் மட்டுமே அடங்கியுள்ளது. தவறான மனநிலைகள் இருக்கும் இடத்தில் இறுகப்பற்றுதலும் குழப்பங்களும் இருக்கும். எங்கே சரியான மனநிலைகள் இருக்கின்றதோ அங்கே பற்று அற்ற தன்மையும் தெளிவும் இருக்கும்.

தவறான மன நிலைகளைக் கொள்வதால் ஒருவனது வாழ்வில் ஏற்படும் விரும்பத்தகாத பின்விளைவுகள் (முக்கியமான சில) கீழே பட்டியலிடப்படுகின்றன.

1. காழ்ப்புணர்வு, பகைமை—காயம், வன்முறை, பேரழிவு, துன்பம் ஆகியவற்றுக்கு இட்டுச் செல்லும்.

2. காமவேட்கை—புத்திமழுங்குதல், மனவுறுத்தல், வெட்கம், இழிவு தரும் நிலை ஆகியவற்றுக்கு இட்டுச் செல்லும்.

3. பேராசை—பயம், மனகலக்கம், மகிழ்ச்சியின்மை மற்றும் இழப்பு அல்லது நட்டம் ஆகியவற்றுக்கு இட்டுச் செல்லும்.

4. ஆணவம், அகம்பாவம்—அவமானம், தலைகுனிவு, தன்நிலை குறித்த அறிவை இழப்பது ஆகியவற்றுக்கு இட்டுச் செல்லும்.

5. வீண்ஆரவாரம்—மன உளைச்சல், ஆன்மீக அறிவை இழப்பது ஆகியவற்றுக்கு இட்டுச் செல்லும்.

6. கண்டனம்—பிறரிடமிருந்து வரும் அடக்குமுறைகளும் பகைமை மற்றும் வெறுப்பு உணர்வுகள் ஆகியவற்றுக்கு இட்டுச் செல்லும்.

7. கேடு, கெட்ட எண்ணங்கள்—தோல்விகள், தொந்தரவுகள் ஆகியவற்றுக்கு இட்டுச் செல்லும்.

8. பேராசையுடன் கூடிய தன் முனைப்பு, பிறரை கருத்தில் கொள்ளாத தன் நுகர்வு மனப்பாண்மை—துக்கம், கணிக்கும் திறனை மற்றும் முடிவெடுக்கும் திறனை இழப்பது ஆகியவற்றுக்கு இட்டுச் செல்லும்.

மனம் மந்தமாவது , உடல் நலம் குறைவது, மறதி ஏற்படுவது ஆகியவற்றுக்கு இட்டுச் செல்லும். 9. கோபம்—ஆற்றல் குறைவது, பிறரை ஈர்க்கும்

தன்மையை இழப்பது அல்லது பிறரிடமிருந்து வரும் நிராகரிப்பு, புறக்கணிப்பு ஆகியவற்றுக்கு இட்டுச் செல்லும்.

10. ஆசை அல்லது புலனின்பங்களுக்கு அடிமையாயிருத்தல் —கவலை, துக்கம், முட்டாள்தனம், உறுதியின்மை, தனிமை ஆகியவற்றுக்கு இட்டுச் செல்லும்.

மேலே குறிப்பிடப்பட்டுள்ள மனநிலைகள் எல்லாம், நன்மையை நிராகரிப்பது தானே தவிர வேறு ஒன்றும் அல்ல. அது இருட்டிலும் இழப்பிலும் முழ்கிக் கிடக்கும் நிலை. அவற்றை எல்லாம் ஒரு சக்தி என்று கருத முடியாது. தீமை என்பது ஒரு சக்தி அல்ல. அது

நன்மையைக் குறித்த அறியாமையும் நன்மையைத் தவறான முறையில் பயன்படுத்துவதுமே ஆகும்.

பகையும் வெறுப்பும் கொண்டவன் அன்பின் பாடத்தைச் சரியாகப் படிக்கத் தவறியவன் ஆவான். அதன் விளைவாக அவன் துன்பப்படுகிறான். அவன் அந்த அன்பின் பாடத்தைச் சரியாக படித்து உணரும் போது, பகையும் வெறுப்பும் அவனை விட்டு விலகி இருக்கும். பகைமை, வெறுப்பு, காழ்ப்புணர்ச்சி, விரோதம் போன்றவை எல்லாம் அன்பின் ஆற்றலுக்கு முன் எவ்வளவு அற்பமானவை என்று அவன்

உணர்வான். மேற்குறிப்பிடப்பட்டிருந்த அனைத்து மற்ற தவறான மன நிலைகளும் இதே போன்றது தான்.

சரியான மன நிலைகள் ஒருவனுள் நிலவும் போது அவனது வாழ்வில் ஏற்படக்கூடிய விரும்பத்தக்க நல்விளைவுகள் (முக்கியமான சில) கீழே பட்டியலிடப்படுகின்றன.

1. அன்பு—இதமான சூழ்நிலை, பெருமகிழ்ச்சி,

பேரருள் துணையிருக்கும் உள் உணர்வு ஆகியவற்றுக்கு இட்டுச் செல்லும்.

2. பரிசுத்தம், மன மாசற்ற தன்மை—மனத்தெளிவு, பேரின்பம், சோதனைகளுக்கு அஞ்சாத அசையாத தன்னம்பிக்கை ஆகியவற்றுக்கு இட்டுச் செல்லும்.

3. தான் என்ற அகம்பாவம் அற்ற நிலை—துணிவு, மனநிறைவு, மகிழ்ச்சி, தாராள மனப்பான்மை ஆகியவற்றுக்கு இட்டுச் செல்லும்.

4. பணிவு, அகம்பாவமில்லாத தாழ்மை உணர்வு—அலைப்பாயாத அமைதியான மனம், மெய்யறிவு ஆகியவற்றுக்கு இட்டுச் செல்லும்.

5. கனிவு, சாந்தகுணம்—உணரச்சிவயப்படாமல் பொறுமை காப்பது, எல்லா சூழ்நிலைககளிலும் திருப்தி காண்பது ஆகியவற்றுக்கு இட்டுச் செல்லும்.

6. இரக்கக் குணம்—பிறரிடமிருந்து கிடைக்கும் பாதுகாப்பு, அன்பு, மதிப்பு ஆகியவற்றுக்கு இட்டுச் செல்லும்.

7. நல்லெண்ணம்—பேருவகை, வெற்றி ஆகியவற்றுக்கு இட்டுச் செல்லும்.

8. சுய கட்டுப்பாடு தன்னடக்கம் —மனநிம்மதி, கணித்து அறியும் திறன், மன கலக்கங்களற்ற தெளிவான நிலை, உடல் நலம், நன்மதிப்பு ஆகியவற்றுக்கு இட்டுச் செல்லும்.

9. பொறுமை—மனஆற்றல், பரந்த விரிந்த நன் மதிப்பு/செல்வாக்கு , வசீகர சக்தி, ஈர்ப்பாற்றல் ஆகியவற்றுக்கு இட்டுச் செல்லும்.

10. தன்னை அடக்கி ஆள்வது—மெய்யறிவு, மெய் ஞானம், உள்உணர்வு, ஆழ்ந்த பேரமைதி ஆகியவற்றுக்கு இட்டுச் செல்லும்.

இந்த பத்து மனநிலைகளும் சக்தி வாய்ந்தவை, ஒளிநிறைந்தவை, மகிழ்ச்சியின், பேரறிவின் அடையாளம் ஆகும். ஒரு நல்ல மனிதன் தனக்கு வாழ்க்கை வழங்கியுள்ள பாடங்களை முறையாகப் பயின்று வெற்றி பெற்று அந்த வெற்றிகளின் கூட்டுத் தொகையே அவனது வாழ்க்கை என்று உணர்வான். அவன் மெய்யறிவு பெற்றிருக்கிறான். அவன் நன்மையையும் அறிவான். தீமையையும் அறிவான். அவன் நிலையான மகிழ்ச்சி உடையவன். எது புனிதமான வகையில் சரியானதோ அதையே அவன் செய்வான்.

தவறான மனநிலைகளில் வாழ்ந்து கொண்டிருக்கும் மனிதன் தன்னுள் இருக்கும் நன்மை, தீமை – இரண்டை குறித்தும் அறியாமல் இருக்கின்றான். அவனுக்கு உதவி புரியும் அல்லது அவனைப் பாதிக்கும் சூழல்கள் இரண்டிற்குமே அவனுள் தான் காரணங்கள் இருக்கின்றன என்று அவன் விளங்கிக் கொள்ளாதவனாக இருக்கின்றான். அவன் மகிழ்ச்சியின்றி இருக்கிறான். மற்றவர்கள் தான் அவனது துன்பத்திற்குக் காரணம் என்று

நினைக்கின்றான். தன் இருப்பிற்கான காரணத்தை, இயற்கை அவன் நிலை அறிந்து அவனுக்கு ஏற்படுத்தி கொடுக்கின்ற வழிகளை, திறந்து விடுகின்றன கதவுகளைக் காணாமல் கண்ணை மூடியவாறு இருட்டில் வாழ்கிறான்.

உயரிய வாழ்வை முழுமையாக வாழ்ந்து பார்க்க வேண்டும் என்று ஆழமாக நினைப்பவன்; வாழ்வில் நேரும் சம்பவங்கள், ஏற்படும் சூழ்நிலைகள், சந்திக்கும் நிகழ்ச்சிகள் ஆகியவற்றுக்கான மூல காரணத்தை- வாழ்வின் உண்மையான அர்த்தத்தை அறிய நினைப்பவன்;- தன் உள்ளத்தில் எல்லா தீங்கையும் கைவிட்டு நன்மையைக் கடைபிடிக்கட்டும். ஒருவனுக்குத் துன்பம், குழப்பம், துக்கம், போன்றவைகள் ஏற்படும் போது அவன் தன்னுள் அவற்றின் காரணத்தை ஆழ்ந்து தேடட்டும். அவ்வாறு தேடி கண்டு எடுத்து அதைக் களையட்டும். ஒவ்வொரு நாளும் தீமைகள் குறைந்து நன்மைகளே வளரும் வண்ணம் தன் உள்ளத்தை எந்தக் களங்கமும் உள்ளே புகுந்து கைபற்ற முடியாதவாறு கண் இமைக்கும் நேரமும் பாதுகாத்து உள்ளத் தூய்மையுடன் விளங்கட்டும். மேன்மையானவனாக, வலிமையானவனாக, சிறந்தவனவனாக ஒவ்வொரு நாளும் தன்னை வளர்த்துக் கொள்ளட்டும். அவனுள் உண்மையின் ஒளி நாளும் வளர்ந்து, பேரருள் நிறைந்து அவன் செல்கின்ற பாதை எல்லாம் சோர்வும் வாட்டமும் நீங்கி மகிழச்சி வெள்ளமாகும்.

7. நல்லுரை

உண்மையைப் போற்றுபவர்களே, அறநெறிகளை விரும்புபவர்களே, ஞானத்தைத் தேடுபவர்களே, தனக்காக வாழும் வாழ்வின் வெறுமையை உணர்ந்து வேதனையும் துக்கமும் வந்து தவிப்பவர்களே- நீங்களும் தான்; பேரழகும், பேரானந்தமும் நிறைந்த வாழ்வினை வாழ நினைக்கும் யாராக இருந்தாலும் சரி; உங்களைத் தயார்ப்படுத்திக் கொள்ளுங்கள். நல்ஒழுக்கம் என்னும் வாசல் கதவின் வழியாக வந்து அந்த உயர்வாழ்வை அறிந்து கொள்ளுங்கள்.

தன்னைத் தானே ஏமாற்றிக் கொள்ளும் சுயமாயைகளை விட்டுத் தள்ளுங்கள், நீங்கள்

உங்களை உள்ளபடியே ஏற்றுக் கொள்ளுங்கள். அறநெறியின் பாதையையும் உள்ளவாறே பாருங்கள். சோம்பித் திரிந்து உண்மையின் வழியை அடைய முடியாது. மலையின் சிகரத்தில் ஏற நினைப்பவன் பயணத்தை உறுதியுடன் தொடங்கி முன்னேற வேண்டும். வலிமையைச் சேர்த்து கொள்வதற்காக மட்டுமே அவன் ஓய்வு எடுத்துக் கொள்ள வேண்டும். சிகரத்திற்கு அழைத்துச் செல்லும் அந்த மலைபாதையின் அழகு, சிகரத்தின் அழகை விட குறைந்தது தான் என்றாலும், அது தன் அளவில் மிகுந்த அழகானதே. நல்ஒழுக்கமும், அந்த மலைப்பாதை போன்று அழகானது தான். அதில் சென்று, அடையும் சிகரம் அதைவிட அழகானது.

அதிகாலையில் எழுந்து ஆழ்ந்த நிலையில் எண்ணங்களை ஒருமுகப்படுத்துங்கள். ஒவ்வொரு நாளையும் கட்டளைக்கு கீழ்பணியும் உடம்போடும் மனதோடும் தொடங்குங்கள். தவறுகளிலும் பலவீனங்கிலும் சறுக்கி விழுந்து விடாமல் மனதை ஒவ்வொரு நாளும் காப்பாற்றுங்கள். ஏற்படும் இச்சைகளையும் தூண்டுதல்களையும் எந்த முன் ஏற்பாடும் இல்லாமல் வென்று விட முடியாது. அந்த அமைதியான பொழுதில் மனம் அதன் அவ்வகையான தூண்டுதல்களை எதிர்கொள்வதற்கும் மீள்வதற்கான சக்தியைப் பெற வேண்டும். அறிந்து கொள்வதற்கும், புரிந்து கொள்வதற்கும், உணர்ந்து கொள்வதற்கும் மனம் தினம் பயில வேண்டும்.

குற்றங்களையும் பாவங்களையும் குறித்த புரிதல் கொண்டு மனம் பக்குவப்பட்டால், அந்த குற்றங்களும் பாவங்களும், அதற்குக் காரணமான இச்சைகளும் தூண்டுதல்களும், மறைந்து விடும்.

இடையறாத ஒழுக்கத்தினால் சரியான புரிந்து கொள்ளும் தன்மை ஏற்படும். நல்ஒழுக்கத்தின் வழி அன்றி வேறு எந்த வழயிலும் உண்மையை அடைய முடியாது. நல்ஒழுக்கத்திற்காக செய்யும் முயற்சியாலும் பயிற்சியாலும் பொறுமையும் ஊக்கமும் வளரும். பொறுமையும் ஊக்கமும் நல்ஒழுக்கத்திற்கு அழகு சேர்க்கும்.

தான் என்ற அகம்பாவத்தை விரும்புபவனுக்கு, பொறுமையற்றவனுக்கு நல்ஒழுக்கம் கசக்கும். அவன் அதிலிருந்து தப்பித்து கவனமில்லாமல் தெளிவில்லாமல் வாழ்வை தொடர்வான்.

உண்மையைப் போற்றுபவனுக்கு நல்ஒழுக்கம் கசக்காது. எல்லையற்ற பொறுமையுடன் காத்திருந்து உழைத்து அவன் வெற்றி பெறுவான். தான் நட்ட செடியிலிருந்து பூக்கள் நாளுக்கு நாள் மலரும் போது தோட்டக்காரனுக்கு ஏற்படும் மகிழ்ச்சி போன்று நல்ஒழுக்கத்தில் தன்னை ஈடுபடுத்திக் கொண்டவனுக்கு அவன் உள்ளத்தில் மலரும்

மாசில்லாத தன்மை, மெய்யறிவு, அன்பு, இரக்கம் போன்ற மலர்களால் அவன் மகிழ்ச்சி அடைவான்.

தெளிவில்லாத கவனமில்லாத வாழ்வை வாழ்பவன், துக்கத்திலிருந்தும் வேதனையிலிருந்தும் தப்ப முடியாது. தீவிர உணர்வுகளின் வேகத்தை எதிர்கொள்ள முடியாமல் நல்ஒழுக்கத்தைப் பயில தவறிய மனம், சக்தியின்றி உதவியின்றி விழுந்துவிடும்.

எனவே உண்மையை ஆராதிப்பவர்களே, மனதை பண்படுத்திக்கொள்ளுங்கள். விழிப்புணர்வுடன், கவனமுடன், மனவுறுதியுடன் இருங்கள். நீங்கள் மீள்வதற்கான வழி உங்கள் கையிலேயே இருக்கிறது. உங்களின் முயற்சியும் உழைப்பும் மட்டுமே தேவை. பத்துமுறை தோல்வி அடைந்தால், மனம் சோர்ந்து விடாதீர்கள். நூறு முறை தோல்வியடைந்தால், எழுந்து மீண்டும் முயற்சி செய்யுங்கள். ஆயிரம் முறை தோல்வியடைந்தால், நம்பிக்கை இழந்துவிடாதீர்கள். நேர் வழிக்குள் அடிஎடுத்து வைத்து விட்டால் போதும். அந்த வழியைப் பின்பு கைவிடாமல் இருக்கும் வரை வெற்றி உறுதி தான்.

முதலில் சோதனை, பின்பு தான் சாதனை. முதலில் உழைப்பு, பின்பு தான் ஓய்வு. முதலில் பலவீனம்,

பின்பு தான் பலம். முதலில் தாழ்வான வாழ்வின் போராட்டங்களும் குழப்பங்களும், இறுதியில் பேரழகான வாழ்வின் அமைதியும் நிம்மதியும்.

தினசரி நிகழ்வுகள் ஒவ்வொரு நாளும் நடைபெறுகின்றன. ஒவ்வொரு மணிப்பொழுதும் ஆரம்பமாகி முடிந்து விடுகின்றன.

அவற்றினால் விளையும் இன்பமும் துன்பமும் நம்மை மேல்நிலைக்கு அழைத்துச் செல்லும் படிக்கட்டுகள்.

நம்மிடம் சிறகுகள் இல்லை, பறந்து செல்வதற்கு;

ஆனால் கால்கள் இருக்கின்றன, மேலே ஏறுவதற்கு .

லாங்ஃபெல்லோ

புத்தக விலை பட்டியல்

வ. எண்	ஜேம்ஸ் ஆலன் முதன்நூல்	தமிழ் மொழிபெயர்ப்பு நூல்	விலை ரூ
1	Man: King of Mind, Body and Circumstance	மனிதன்: மனம், உடல், சூழ்நிலையின் தலைவன்	125/-
2	Foundation Stones to Happiness and Success	மகிழ்ச்சிக்கும் வெற்றிக்குமான அடிதளம்	125/-
3	Out from the Heart	உள்ளத்திலிருந்தே வாழ்வு	125/-
4	Byways of Blessedness	அருள் பொழியும் நிழல் பாதைகள்	400/-
5	All These Things Added - வேண்டுவன யாவும் கிட்டும்		
5.1	Entering the Kingdom	சுவர்கத்தின் நுழைவாயில்	180/-

5.2	The Heavenly Life	சுவர்க வாழ்வின் தன்மைகள்	180/-
6	Above Life's Turmoil	வாழ்வின் கொந்தளிப்புகளை கடந்த உயர்நிலைகள்	250/-
7	Men and Systems	மனிதர்களும் அமைப்புகளும்	180/-
8	Mastery of Destiny	விதியை நிர்ணயிக்கும் ஆற்றல்	220/-
9	From Passion to Peace	வெறியுணர்வு (என்னும் அடிவாரம்) முதல் நிம்மதி (என்னும் சிகரம்) வரை	150/-
10	Eight Pillars of Prosperity	வளமான வாழ்வைக் கட்டமைக்கும் எட்டு தூண்கள்	250/-
11	Through the Gate of Good or Christ and Conduct	நல்வாசலின் வழியே அல்லது கிறிஸ்துவும் நல்லொழுக்கமும்	150/-
12	Morning and Evening Thoughts	Morning and Evening Thoughts -காலை மாலை சிந்தனைகள் ஆங்கில மூலம்-தமிழ் மொழிபெயர்ப்பு இரண்டும் கொண்ட இரு மொழி நூல்)	200/-

13	Life Triumphant (Mastering the Heart and Mind)	வெற்றிகரமான வாழ்வு (மனதையும் இதயத்தையும் புண்படுத்தி ஆளுதல்)	220/-
14	Poems of Peace	நிம்மதியின் பாடல்கள்	250/-
15	The Shining Gateway	நேர்வழியின் சீரிய ஒளி	200/-
16	Light on Life's Difficulties	வாழ்வின் பிரச்சினைகள் மீதான ஒளிவீச்சு	
17	As a Man Thinketh	மனிதன், அவன் எண்ணங்களின் நிரலாக்கம்	125/-
18	The Path to Prosperity and Peace		
18.1	The Path to Prosperity	வளமான வாழ்விற்கு இட்டுச் செல்லும் பாதை	
18.2	The Way of Peace	நிம்மதியின் வழி	
19	Divine Companion	தெய்வீக உறுதுணை	

| 20 | Meditations For Everyday of the year | தியானங்கள் ஆண்டின் ஒவ்வொரு நாளுக்கும் | |

தொடர்புக்கு

வள்ளியம்மை பதிப்பகம்

மின்னஞ்சல்: arun2010g@gmail.com

வாட்ஸ் அப் எண்: 91-8939478478

குறிப்புக்கள்: